மனதில் ஒரு மத்தாப்பு

சாரதா ஸ்ரீநிவாசன்

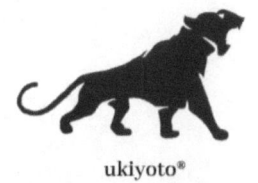

ukiyoto®

Ukiyoto Publishing

அனைத்து உலகளாவிய வெளியீட்டு உரிமைகளும்

Ukiyoto Publishing

சேர்ந்தது

Published in 2022

Content Copyright © Saratha Srinivasan

ISBN 9789360167011

அனைத்து உரிமைகளும் பாதுகாக்கப்பட்டவை. இந்த வெளியீட்டின் எந்த பகுதியும் வெளியீட்டாளரின் முன் அனுமதியின்றி, எந்த வகையிலும், மின்னணு, இயந்திர, புகைப்பட நகல், பதிவு செய்தல் அல்லது வேறு எந்த வகையிலும் மறுஉருவாக்கம், பரிமாற்றம் அல்லது மீட்டெடுப்பு முறையில் சேமிக்கப்படக்கூடாது. ஆசிரியரின் தார்மீக உரிமைகள் வலியுறுத்தப்பட்டுள்ளன.

இந்த புத்தகத்தில் வரும் சம்பவங்கள் அனைத்தும் கற்பனையே. பெயர்கள், கதாபாத்திரங்கள், நிகழ்ச்சிகள், இடங்கள் அனைத்தும் ஆசிரியரின் கற்பனை அல்லது கற்பனைகாக உருவாக்கப்பட்டது, யார் மனதையும் புண்படுத்துவதாக எழுதப்படவில்லை. உண்மையான நபர்கள், வாழும் அல்லது இறந்தவர்கள் அல்லது உண்மையான நிகழ்வுகளுடன் உள்ள எந்த ஒற்றுமையும் முற்றிலும் தற்செயலானது.

இந்த புத்தகம் வர்த்தகத்தின் மூலமாகவோ அல்லது வேறுவிதமாகவோ, வெளியீட்டாளரின் முன் அனுமதியின்றி, கடன் வழங்கவோ, மறுவிற்பனை செய்யவோ, பணியமர்த்தப்படவோ அல்லது வேறுவிதமாக புழக்கத்தில் விடவோ கூடாது என்ற நிபந்தனைக்கு உட்பட்டு விற்கப்படுகிறது.

இந்த படைப்பு *Pachyderm Tales* உடன் இணைந்து
தயாரிக்கப்படுகிறது

www.pachydermtales.com

அணிந்துரை

வணக்கம்!

என் அன்பு சகோதரி திருமதி சாரதா ஸ்ரீனிவாசன், அவர்களின் "மனதில் ஒரு மத்தாப்பு" என்கிற சிறுகதைத் தொகுப்பு நூல், தற்போது தங்கள் பார்வையின் விளிம்பில் படரும் இத்தருணத்தில் இந்த தொகுப்பைப் பற்றிய சில சிந்தனைகளைப் பகிர்ந்து கொள்ள விரும்புகிறேன்.

பெண்மையைப் போற்றுதல் என்பது ஏதோ நமக்கு இன்றைய, நேற்றைய விஷயமல்ல. அது நம் மரபு "செறிவும், நிறைவும், செம்மையும், செப்பும் அறிவும், அருமையும், பெண்பால்" என்று தொல்காப்பியர் பெண்மையைக் கொண்டாடுகிறார்.

பெண் ஆண் இரண்டும் ஒன்றி இயங்கினாலன்றி உலகம் நல்வழியில் நடைபெறாது, ஒரு நாட்டு நலன் அந்நாட்டுப் பெண் மக்கள் நிலையைப் பொறுத்தே அமையும் என்று திரு. வி. க அவர்கள் தனது பெண்ணின் பெருமை நூலின் முன்னுரையில் குறிப்பிட்டிருக்கிறார். அந்த வைர வரிகள் இன்றும் பொருத்தமானதாகவே

அமைந்திருக்கிறது. அந்த கருத்துதான் சாரதா அவர்களின் சிறுகதைகளில் நூலிழையாகப் பின்னப்பட்டுள்ளது பெண்களின் உளவியல் சிந்தனைகளை சிந்தாமல் சிதறாமல் தன் கதைகளில் வெளிப்படுத்தும் திறமை சாரதாவிற்கு இயல்பாக வருகிறது.

சமூக சிந்தனை என்பதைத் தாண்டி சமூக அக்கறை இவரின் ஒவ்வொரு கதையிலும் மிளிர்கிறது. அதே போல் ஒரு சார்பாகப் பெண்களை மட்டும் உயர்த்திப் பிடிப்பது என்பதில்லாமல் ஆண் மக்களின் பார்வையிலும் நின்று கதை மாந்தர்களின் பிரச்சனைகளைக் கையாளும் திறமை சாரதா அவர்களின் எழுத்துக்களில் பிரதிபலிக்கிறது.

இவரது கதைகளில் குழந்தைகள் கூட பெரியவர்களின் பிணக்குகளை எளிதாகத் தீர்த்துவைக்கிறார்கள் அம்மாவிற்கு இரண்டு அம்மா கதையில். இன்றைய தாம்பத்தியம் கதையில் தம்பதிகள் இடையே விட்டுக் கொடுத்து செல்வதற்கும் அட்ஜஸ்ட் செய்து கொண்டு போவதற்குமான வித்தியாசம் என்ன என்று விளக்குவதன் மூலம் அந்தக்கால திருமண பந்தங்கள் மூலம் ஏற்பட்ட தாம்பத்யங்கள் எப்படி ஸ்திரமாக

நிலைத்திருக்கின்றன என்பதை அழகாக விளக்குகிறார்.

சிறிய விஷயங்கள் கூட பெரிய பிளவுக்கு வித்திடுவதையும் அதை உணரும் போது வெகுதூரம் பயணித்து விடுவதையும் தெளிவாகச் சொல்லியிருக்கும் சாரதா (கதை - இரண்டாம் கல்யாணம்) இணைப்பைப் பிணைப்பாக மாற்றும் தருணங்களை அழகாக வர்ணித்திருக்கிறார். "கண்ணன் கொடுத்த வரம்" கதையில் வரும் போன்றவளை வீட்டின் குலவிளக்காகப் பெற்றவர்கள் நிச்சயம் அந்த கார்முகில் வண்ணனின் அருளைப் பெற்றவர்களே!

இளைய வயதினர் முதியோரைக் கவனிக்க வேண்டிய நாட்களில் முதியோர்கள் இளையோரைத் தாங்க வேண்டி நேர்ந்தால் எப்படியிருக்கும் என்ற வித்தியாசமான சிந்தனையுடன் வாழ நினைத்தால் வாழலாம் என்ற தத்துவத்தை "அய்யாவு ஐயர் என்கிற வியாஸ்" கதையில் எடுத்துரைக்கும் பாங்கு தேவையை சிறப்பாகச் சொல்லும் 60 வயதில் மண வாழ்க்கை பெண்ணின் ஆழ்மனதின் உணர்வுகளை வெளிக்கொணரும் "மனதில் ஒரு

மத்தாப்பு" என கதைக்குக் கதை சிக்கலுக்குத் தீர்வுகாணும் விதம் அழகு.

"திருமணத்தின் போது ஒரு பெண்ணை தன் தாய்க்கு சமமாக உள்ளவளை தொப்புள் கொடிக்கு நிகராக நினைத்துத்தான் தாலிக் கொடியை இறுக முடிச்சுட்டு அந்த ஆண் தன் மனைவி ஆக்கி கொள்கிறான்" இது போன்ற வார்த்தை பிரயோகங்கள் கதைகள் எங்கும் விதைக்கப்பட்டு நீர் தெளித்து பூந்தளிராய் தலை தூக்குகின்றன. கதைகள் மூலம் தான் சொல்ல வந்த கருத்துக்களைத் துணிவாகவும் மற்றவர்களுக்கு ஏற்புடையதாகவும் எடுத்து வைக்கும் திறன் இவருக்கு உள்ளது. சில கதைகள் இதயத்தை வருடுகின்றன. சில கதைகள் நெஞ்சத்தை நெகிழ்விக்கின்றன. எல்லா கதைகளும் ஒரு ஸ்திரத்தன்மையையும் நம்பிக்கையையும் ஊட்டுகின்றன.

குலமகள் வாழும் இனிய குடும்பம் கோவிலுக்கினையாகும் என்பார் கவியரசர் கண்ணதாசன் குடும்பம் என்னும் அந்த கோவிலின் ஒவ்வொரு சன்னதிக்கும் சென்று தரிசித்த அனுபவத்தைத் தருகிறார் சாரதா. உறவுகளின் உணர்வுகளைத் திறம்பட எடுத்துக் கையாண்டதோடு வெறும் கேள்விகளைக்

கேட்டு மட்டும் நகராமல் ஒவ்வொரு பிரச்சினைகளுக்கும் ஒரு திறமையுடன் தர்க்கரீதியான தீர்வையும் அவரால் முன் வைக்க முடிகிறது.

அவரது எழுத்துப் பணி மேன்மேலும் தொடர்ந்து சிறந்த எழுத்துச் சித்திரங்களைத் தீட்ட இறையருள் துணை நிற்கட்டும். அதற்கு அடித்தளமாக அமைந்த இந்த புத்தகத் தொகுப்பு இன்றைய இல்லங்களில் ஏற்படும் மனம் சார்ந்த நடப்பியல் பிரச்சனைகளை மிகுந்த மனிதாபிமானமுடன், நெருக்கமான ஒரு ஸ்நேகிதியாய் பக்கத்தில் அமர்ந்து அதற்கான தீர்வை சொல்லும் என்பதில் ஐயமில்லை.

வாழ்த்துகளுடன்,

இந்திரநீலன் சுரேஷ்.

உள்ளடக்கம்

அபிராமி ஒரு அன்பான தோழி	1
அம்மாவுக்கு ரெண்டு அம்மா	15
அம்மாவின் திருமணம்	21
அய்யாவு ஐயர் என்ற வியாஸ்	32
அறுபதில் மண வாழ்க்கை	44
இரண்டாம் திருமணம்	54
இவனைப்போல் ஒரு கணவன்	68
இன்றைய தாம்பத்தியம்	77
எடுபிடி	85
ஒரு தலைமுறைக்கு அறிவுரை	92
கடவுளுக்கு நன்றி	110
கண்ணன் கொடுத்த வரம்	117
நன்றி சொன்ன நந்தினி	128
மனதில் ஒரு மத்தாப்பு	137
மனதைப் படித்த மங்களம் பாட்டி	153
மாலாவின் மனமாற்றம்	170
மூன்றாவதும் பெண் குழந்தை	181
ராதிகா ஒரு நித்திய சுமங்கலி	188
வயோதிகத்தின் வலி	197
வாரிசுக்கு வரவேற்பு	203
ஜானு என்ற ராகவனின் அன்பு மனைவி	213
சாரதா ஸ்ரீநிவாசன்	224

அபிராமி ஒரு அன்பான தோழி

சதாசிவம் ஹாலில் ஈசி சேரில் உட்கார்ந்து இருந்தார். இன்றுடன் மனைவி கமலி மறைந்து ஒன்றே கால் வருசம் ஆகிறது. கண்களை மூடி பழைய நினைப்பில் இருந்தவரை சிரிப்பு சத்தம் எழுப்பியது. 58 வயசு சதாசிவத்துக்கு 30 வயதிலும் 28 வயதிலும் இரண்டு பிள்ளைகள். இருவருக்கும் திருமணம் ஆகி மருமகள்கள் வந்தாச்சு. வீட்டில் இருந்து வேலை என்பதால் ஆளுக்கு ஒரு அறையில் இருந்தனர். கமலி இருந்தவரைக்கும் இவர்தான் இந்த வீட்டு ராஜா. குழந்தைகள் அப்பா அம்மா என்று சுற்றி வந்த காலம். வங்கி ஒன்றில் பணி புரிந்தவர். அறுபது வயசுதான் பணி நிறைவு என்றாலும் கமலி தான் ரெண்டு பிள்ளைகளுக்கும் கல்யாணம் பண்ணியாச்சு ஆபீஸ் ஆபீஸ்னு இருந்து ஒரு கோவில் குளம் கூட போக முடியவில்லை என்று ஒன்றரை வருஷத்துக்கு முன்னாடி விருப்ப ஒய்வு எடுத்துடுங்க என்று கட்டாயப்படுத்தி வாங்க வைத்தாள்.

பணி நிறைவு ஆகி மூன்று மாசம் கூட ஆகலை. அவள் இங்க உள்ள கோவில் குளத்துல

இறைவனை பார்த்தது போறாதுன்னு திரும்பி வர முடியாத இடமா நேரா கயிலாயம் போய் விட்டாள்.

அன்றிலிருந்து இன்று வரை சதாசிவத்தின் நிலைமை தனிமை தனிமை தனிமைதான். பிறந்ததில் இருந்து இன்று வரை அவர் அனுபவித்தே அறியாத இந்த தனிமை அவரை கொன்றது. எப்படித்தான் கணவனை இழந்த பெண்கள் வாழ்க்கையை சமாளிக்கிறார்களோ புரியவில்லை. கடவுள் பெண்களுக்கு பிறக்கும் போதே பொறுமையையும் தாங்கும் சக்தியையும் கொடுத்து விட்டார் போல. உண்மையிலேயே பெண்கள் தான் தைரியசாலிகள்... இழப்பு என்ற ஒன்று வரும் போது உண்மையிலேயே ஆண்களின் மனது பெண்களின் மனதை விட மென்மையானது போல. எத்தனையோ பெரிய பெரிய விஷயங்களை அசால்ட் ஆக கையாளும் ஆண் துணையின் இழப்பு என்ற ஒன்று வரும்போது மிகவும் நொறுங்கி விடுகிறான். அவன் ஒரு ஆண் என்பதால் பெண்களைப் போல் வெளியில் அழ முடியவில்லை. உள் மனத்தில் அவன் வெம்பி விடுகிறான். இதுதான் நிதர்சனமான உண்மை. என்று அவருக்கு தோன்றியது.

அறையிலிருந்து சிரிப்பு சத்தம் கேட்டவர் கண்களில் இருந்து கண்ணீர் வழிந்தது. இப்படி

நினைக்கக் கூடாதுதான் ஆனாலும் வீட்டில் வளர்க்கும் நாய்க்கு எப்படி வேளா வேளைக்கு சாப்பாடு பால் எல்லாம் வைப்பார்கள் அது போல ரெண்டு மருமகள்கள் டேபிளில் பிளாஸ்க்ல காப்பி ஹாட் பேக்ல சாப்பாடு என்று எடுத்து வைத்து ரூமுக்குள் நுழைந்து கொள்வார்கள்.

பார்ப்பவர்கள் என்ன சொல்வார்கள். மருமகள்கள் வேளா வேளைக்கு சாப்பாடு செய்து கொடுக்கிறார்கள் இவ்வளவு வயசு ஆனப்புறம் வேறு என்ன வேணும் சாப்பிட்டு தேமேனு படுக்க வேண்டியது தானே என்று. கமலி இறந்தவுடன் அவரும் அமைதியாக வாழ்ந்து போய் விட வேண்டும் என்றுதான் நினைத்தார். ஆனால் மனித மனம் ஆச்சே. பாசம் அன்பு எல்லாத்துக்கும் ஏங்குகிறது. இத்தனை வருஷம் கிடைத்த இதெல்லாம் இப்போது கிடைக்கவில்லையே என்று தவிக்கிறது.

இளம் வயதில் வேலை,கடமை எல்லாம் இருந்ததால் மனைவி என்ற துணை வீட்டில் இருந்தும் அதிகம் கண்டு கொள்ளாத மனசு இப்போது வயதாகி ஒன்றுமே வேலை இல்லாமல் சும்மா உட்கார்ந்து இருக்கும் போது அவள் துணை இப்போது தேவை என்கிறது.இரவில் துணை தேடும் வயசை தாண்டியதால் அவருக்கு அது

பிரச்சனை இல்லை ஆனால் ஒவ்வொரு பகலும் நரகம் ஆனது பிள்ளைகளும் அவரவர் துணையுடன் தன் நேரத்தை செலவிட்டதால் இவருக்கு என்று யாருமே இல்லாமல் போனது. எத்தனையோ தடவை தன் தனிமை பற்றியும் தன்னுடன் நாளில் அரை மணி நேரமாவது கூட இருங்கள் என்றும் ஜாடை மாடையாக அவர்களிடம் சொல்லியும் அவர்கள் காதில் போட்டுக் கொள்ள வில்லை அவர்களுக்கும் அப்பா என்று ஒரு ஜீவன் வீட்டில் இருப்பதே மறந்து போனது.

“டிவி பாருங்கள் ராமாயணம் படியுங்கள் ஆன்மீகத்தில் கவனம் செலுத்துங்கள் யோகா செய்யுங்கள் தியானம் பண்ணுங்கள்” என்று ஓராயிரம் அட்வைஸ். எல்லாம் ஓகே.. ஆனால் பாழும் மனசு பக்கத்தில் இருந்து உட்கார்ந்து பேச ஒரு துணையை தேடுகிறது.சாப்பிடும் போது பக்கத்தில் அமர்ந்து சாப்பிட ஒருவரும் இல்லை பரிமாற ஒருவரும் இல்லை. பையன்களும் மருமகள்களும் சாப்பாட்டையும் ரூமுக்கு கொண்டு போய் சாப்பிடுவார்கள். கமலி இருக்கும் வரை நைட் டின்னர் ஆவது எல்லோரும் சேர்ந்து சாப்பிடுவார்கள் இப்போது அதுவும் இல்லை.கோவில் குளம் எங்கும் வெளியில் போக முடியவில்லை. டிவி யும் மொபைலும் எத்தனை நேரத்துக்கு. தனிமை தனிமை தனிமை. யாரிடமும்

பேச முடியவில்லை. யாரும் பேசுவதும் இல்லை வீடே அவருக்கு வெறுத்து விட்டது. எல்லோரும் அறைக்குள் இருக்க இவர் மட்டும் மாஸ்க் அணிந்து வெளியில் புறப்பட்டார்.

மனதிற்குள் உருவான அவரது தீர்மானம் ரைட்டா தப்பா அவருக்கு புரியவில்லை. ஆனால் இதற்கு மேலும் தனிமையைத் தாங்க முடியாது என்று புரிந்தவர் தன் நண்பரை பார்த்து விவரம் சொன்னார். அவரை ஏற இறங்க பார்த்தவர் "இது உனது தீர்மானமான முடிவா? உன் பசங்களிடம் ஒரு வார்த்தை கேட்க வேண்டாமா" என்று கேட்ட அவரிடம்

"இது என் வாழ்க்கை எனக்கு அவர்கள் தயவு தேவை இல்லை இது ராப்பகலாக நான் யோசித்து எடுத்த முடிவு. எனக்கு பென்ஷன் ஐம்பதாயிரம் வருகிறது சொந்த வீடு இருக்கு டெர்மினல் பெனிபிட் எல்லாம் சேர்த்து ஒரு 75 லட்சம் டெபாசிட் போட்டு இருக்கிறேன் என்னை நம்பி வருவதற்கு வேறு என்ன வேண்டும்.." என்று கேட்டார். மேலும் " பணத்தையெல்லாம் விட நல்ல மனதும் என்னிடம் இருக்கிறது" என்றார்.

"சரி ஒரு பத்து நாளில் எல்லா ஏற்பாடும் பண்ணிட்டு உன்னைக் கூப்பிடுகிறேன்.." என்றார்.

பத்து நாள் கழித்து கூப்பிட்ட அவர் அபிராமியும் சதாசிவமும் சந்தித்துக் கொள்ள ஏற்பாடு செய்தார்

சதாசிவம் அவளிடம் "எனக்கு மனைவின்னா கமலி மட்டும் தான் இப்போது எனக்கு தேவை என் தனிமையை விரட்ட ஒரு துணை என் அருகில் அமர்ந்து என்னுடன் பேச ஒரு தோழி. சேர்ந்து சிரித்து சாப்பிட, எனக்கு பரிமாற ஒரு தாய். இதை ஒரு பெண், வயது எத்தனை ஆனாலும் தனக்கு சம்பந்தமே இல்லாத இன்னொரு ஆணுடன் தனியாக இருந்து செய்வதனால் அந்த பெண்ணுக்கு களங்கம் வந்து விடக்கூடாது என்பதற்கு தான் இந்த திருமணம் என்ற ஏற்பாடு." என்றார்.

இதைக் கேட்ட அபிராமி பெரிதாக சிரித்தாள். "இதோ பாருங்கள் என் கணவர் இறந்து இரண்டு வருடம் ஆகிறது வெளிநாட்டுக்கு பறந்து போன பிள்ளைகள் சிறகு முளைக்க காரணமாக இருந்த அம்மா அப்பாவை மறந்து விட்டனர். கணவன் இருக்கும் வரை அவர் எனக்கு இரு கால்களாக இருந்தார் அவர் இறந்த பிறகு இரண்டு கால்களும் ஊனத்துடன் நான் எப்படி வாழ்க்கை நடத்துகிறேன் என்ற கவலை கூட என் பிள்ளைகளுக்கு இல்லை. என் தினசரி வாழ்க்கைக்கு கட்டாயமாக ஒரு துணை தேவை.

காசுக்காக வேலைக்கு வரும் யாரும் எனக்கு உதவுவதில்லை. இத்துடன் இந்த இரண்டு வருசத்துல பத்து பேருக்கு மேல் வேலைக்கு வந்து போயாச்சு. ஒருத்தரும் எனக்கு உதவியாக இல்லை.

இதையெல்லாம் என் பிள்ளைகளிடம் சொல்லலாம் என்றால் இந்த இரண்டு வருஷத்தில் என்னுடன் ஒரு பத்து வார்த்தை பேசி இருந்தால் அதிசயம். அன்பை தேடும் ஒரு நண்பருக்கு தான் என்னுடைய வலி என்னவென்று புரியும். எனக்கு உதவியாகவும் என்னிடம் அன்பாகவும் இருப்பார் என்ற எண்ணத்தில் தான் அப்படிப்பட்ட ஒருவரை தெரிந்தால் சொல்லும்படி உங்க நண்பரிடம் சொன்னேன். எந்த பிள்ளைகள் என் உணர்வுகளுக்கு மதிப்பு தரவில்லையோ அந்த பிள்ளைகளுக்கு நானும் மதிப்பு தர வேண்டிய அவசியமில்லை. திருமணம் என்பது என்னை பொறுத்தவரை ஏற்கனவே என் அன்பான கணவருடன் முடிந்து போன ஒன்று. என்னால்

உங்களுக்கு ஒரு இனிய தோழியாக இருக்க முடியும். நம்முடைய நட்பு வாழ்க்கைக்கு திருமணம் என்ற அங்கீகாரம் அவசியமில்லை. நமது நட்பின் புனிதத்தை உணர்ந்தவர்களை மதிப்போம். மற்றவர்களை கடந்து செல்லலாம். இதற்கு ஒத்து

கொண்டால் நான் உங்களுடன் வரத் தயார்...” என்றாள்.

சதாசிவம் சந்தோஷமாக தலை ஆட்டி அபிராமியிடம் ரெடி ஆன பிறகு போன் செய்ய சொன்னார்.

நேற்று இரவு போன் பண்ணி அபிராமி தயாராக இருப்பதாக சொல்லி ஆச்சு. பிள்ளைகளிடம் எப்படியும் சொல்லி விட வேண்டும். இதற்கு மேல் தாமதிக்க முடியாதென்று நினைத்த அவர் பிள்ளைகள் இருவரையும் கூப்பிட மருமகள்களுடன் வந்து நின்றனர்

அபிராமியை வீட்டுக்கு கூட்டி வரும் அவருடைய தீர்மானத்தை கேட்டு இருவரும் குதித்தனர். கூடாது முடியாது என்றெல்லாம் சொன்ன அவர்களைப் பார்த்து ஏன் கூடாது என்று கேட்க “இத்தனை வயதில் உங்களுக்கு இப்படி ஒரு ஆசையா. அம்மாவை நினைத்து பாருங்க..” என்று ஏகப்பட்ட அட்வைஸ். அவர்கள் புத்தியெல்லாம் சின்னத்தனமாக இருந்ததால் எண்ணங்களும் அப்படித்தான் இருந்தது.

ஒரு பெண் ஒரு ஆண் என்றால் காலங்காலமாக எல்லோருக்கும் வரும் ரெண்டும் ரெண்டும் நாலு கணக்குதான் அவர்கள் மனதுக்குள்

இருந்தது. "இதோ பார் என் முடிவுக்கு கட்டுப்பட்டவர்கள் என்னோட தாராளமாக இருக்கலாம் வேண்டாம் என்றால் தாராளமாக போகலாம்.." என்றார். அவருக்கு தெரியும் ரெண்டு பேரும் போக மாட்டார்கள் என்று. வீட்டு வாடகை குடுக்க வேண்டாம் எலக்ட்ரிக் பில் கட்ட வேண்டாம் நெட் செலவு இல்லை சாப்பாட்டு செலவு இல்லை. எப்படி இதையெல்லாம் விட்டு கிளம்புவார்கள்.

மறுநாள் காலை புது வேஷ்டி ஷர்ட் சகிதம் கிளம்பிய அவரைப் பார்த்து மூஞ்சியை திருப்பி கொண்ட அவர்களிடம் "நான் கூட்டி வரப் போவது என்னுடைய தோழி. அவள் வந்த பிறகு இந்த குடும்பத்தினர் யாராவது அவளிடம் மரியாதைக் குறைவாக நடந்தால் அடுத்து நடக்கும் விளைவுகளுக்கு நான் பொறுப்பு அல்ல.." என்று சொல்லி சென்றார்.

மூன்று மணிக்கு கதவை தட்டிய சத்தம் கேட்டு எழுந்து வந்து கதவை திறந்த அவர்கள் அப்பாவின் அருகில் சக்கர நாற்காலியில் உட்கார்ந்து இருந்த அந்த பெண்ணை பார்த்து திகைத்தனர் முழங்காலுக்கு கீழ் சூம்பி இருந்தன கால்கள். எல்லோரையும் பார்த்து ஸ்னேகமாக சிரித்த அவள் இருந்த சக்கர நாற்காலியை

சதாசிவம் தள்ளிக் கொண்டு வந்தார்.உள்ளே நுழைந்த அவள் “நீங்கள் இவருடைய பிள்ளைகளா? என்னுடைய வரவு உங்களுக்கு ரொம்ப கோபத்தை ஏற்படுத்தி இருக்கு போல. உங்கள் முகத்திலேயே தெரிகிறது. நான் இவருடன் வந்து இருக்க சம்மதித்த காரணத்தை நீங்கள் புரிந்து கொள்ள வேண்டும். என் பெயர் அபிராமி எனக்கும் உங்களைப் போல் இரண்டு பிள்ளைகள் இருக்கிறார்கள் எப்போதும் லேப் டாப் எப்போதும் வேலை... பெற்றவள் பற்றிய கவலை ஏதுமில்லை என் கணவர் இறந்து இரண்டு வருடம் ஆகிறது. இரண்டு கால்களும் ஊனத்துடன் நான் எப்படி வாழ்க்கை நடத்துகிறேன் என்ற கவலை அவர்களுக்கு இல்லை. இதுவரை மொத்தம் ஒரு பத்து வார்த்தை சேர்ந்தார் போல் என் பிள்ளைகள் என்னிடம் பேசியதில்லை இப்போது இருவரும் வெளி நாட்டில்... நான் தன்னந்தனியாக இங்கு வீட்டில்.தினசரி வேலைகளை செய்ய முடியாமல் தவித்து கொண்டு இருந்த எனக்கு சக்கர நாற்காலியிருந்து பெட்ல படுக்கவும் திருப்பி எழுந்து சக்கர நாற்காலியில் உட்காரவும் துணை தேவை. அது இல்லாம எத்தனையோ நாள் சக்கர நாற்காலியில் தூங்கி இருக்கிறேன்.

என் பிள்ளைகள் வெளி நாட்டில் இருந்து என்னை கண்டு கொள்ள வில்லை என்றால் நீங்கள் சொந்த வீட்டிலேயே எல்லோரும் இருந்தும் உங்கள் அப்பாவை தனிமையை உணர செய்து விட்டீர்கள். இது பாவம் இல்லையா. உங்கள் தாய் இருந்தால் அப்பாவிற்கு உள்ள மரியாதையும் அன்பும் உங்களிடமிருந்து கிடைத்து இருக்கும், உங்களுடைய இந்த அலட்சிய போக்கும் அவரைபாதித்து இருக்காது. அவரை அன்புக்கும் பாசத்திற்கும் ஏங்க வைத்து அலைய விட்டீர்களே இது நியாயமா. நீங்கள் அன்பாகவும் அவர் விருப்பம் போல சிறிது அனுசரணையாகவும் இருந்து இருந்தால் அவர் ஏன் என்னை தேடி வரப் போறார். நீங்கள் இருவரும் மருமகள்களா? உங்கள் தந்தையாக இருந்து இருந்தால் அவர் தவிப்பது உங்களுக்கு புரிந்து இருக்கும் தப்பும்மா இது.

நாளை உங்கள் எல்லோருக்கும் வயசு ஆகும். ஓடம் ஒரு நாள் படகில் ஏறும். வீட்டில் இருக்கும் நாங்கள் என்ன ஜடமா. வயசு என்று ஒன்று ஆகிவிட்டால் ஆசை பாசம் எல்லாம் மரத்து விடுமா என்ன. எங்களுக்கும் உங்களைப் போல பேச வேண்டும் சிரிக்க வேண்டும் என்ற ஆசை இருக்காதா. உங்கள் அப்பாவும் என்னைப் போல நிலைமையில் தான் இருக்கிறார் என்று புரிந்து

கொண்டேன். எங்களுக்கு தேவை பரஸ்பர நட்பு. அவருக்கு தேவை சாப்பாடு பறிமாறிக் கூட உட்கார்ந்து பேசி சிரித்து சாப்பிட அன்பான ஒரு தாய். அவருடைய தனிமையான நேரத்தை பேசி கழிக்க அன்பான ஒரு தோழி. நான் அவருக்கு ஒரு அன்பான தோழி அவர் எனக்கு நல்ல தோழர். ஒரு ஆணும் ஒரு பெண்ணும் பரஸ்பரம் நட்பாகவும் இருக்க முடியும் என்பதை ஒத்துக் கொள்ள மனப் பக்குவம் வேண்டும். இறக்கும் வரை எங்களது இந்த பந்தம்தொடரும் நீங்கள் எங்கள் வயதை தொடும் போது இந்த தோழமையின் அர்த்தம் உங்களுக்கு புரியும். இது ஒரு பக்குவப்பட்ட உறவு என்பது, எங்கள் தனிமைக்கு விடை கொடுக்க நாங்கள் தேடி கொண்ட வழி. உங்கள் அப்பாவை வந்து என் வீட்டில் இருக்க சொன்னேன். கமலி விட்டு சென்ற பிள்ளைகள் என் சொத்து. அவர்களை விட்டு நான் வர மாட்டேன். அவர்களுக்கு நான் வேணுமோ வேண்டாமோ எனக்கு அவர்கள் வேண்டும் என்றார். உங்களுக்கு எதும் ஆட்சேபணை இருந்தால் சொல்லுங்கள் நாங்கள் வெளியில் போய் விடுகிறோம்.." என்று அபிராமி சொல்ல

பிள்ளைகள் இருவரும் அப்பா கை பிடித்து "மன்னித்து விடுங்கள் நாங்கள் ரொம்ப சுயநலத்துடன் இருந்து விட்டோம். உங்களுடைய

மனதை நாங்கள் புரிந்து கொள்ள வில்லை. நிறைய புண்படுத்தி விட்டோம். இனி உங்களை தனியே விட மாட்டோம் அப்பா.." என சொல்ல அபிராமி "சதாசிவம் சார் எனக்கு இங்கே இனி வேலை இல்லை நான் கிளம்புகிறேன்.." என அவள் கிளம்ப மருமகள்கள் இருவரும் அவள் அருகில் சென்று "அம்மா வயதானவர்களின் கஷ்டத்தை நாங்கள் புரிந்து கொண்டோம் நீங்கள் இந்த நிலையில் தனியே உங்கள் வீட்டில் போய் இருக்க வேண்டாம்.." என சொல்ல சதாசிவத்தின் பிள்ளைகள் அவள் கையைப்பிடித்து "உங்கள் இரு மகனும் இங்கு இருப்பதாக எண்ணி கொள்ளுங்கள். எங்கள் அப்பாவிற்கு ஒரு இனிய தோழியாய் எங்களுடன் இருந்து விடுங்கள்.." என்று சொன்னதும் எழுந்து நிற்க முயற்சி செய்த அபிராமி அது முடியாததால் தள்ளாட சதாசிவத்தின் மருமகள் ஓடிச்சென்று தாங்கிப் பிடித்து அணைத்துக் கொண்டாள்.

சதாசிவத்துக்கு எல்லாருடைய பிள்ளைகளும் அன்பானவர்கள்தான். ஆனால் அதை வெளிக் கொண்டு வர ஒரு அபிராமி தேவைப் படுகிறாள் என்று தோன்றியது. சதாசிவம் மனது தன் பிள்ளைகளுக்கும் அவர்களை அருமையாக வளர்த்த கமலிக்கும் ஒரு சபாஷ் போட்டது. காலப் போக்கில் அபிராமி

சதாசிவத்துக்கு மட்டுமல்ல அவருடைய குழந்தைகளுக்கும் அன்பான தோழி ஆனாள் என்பதை சொல்லவும் வேண்டுமோ...

அம்மாவுக்கு ரெண்டு அம்மா

ராகுல் கண்ணை கையால் அழுத்தி துடைத்து கொண்டு பெட்ரூமிலிருந்து ஹால் ரூமிற்குள் நுழைந்தான். என்றுமில்லாத சத்தம். அம்மாவின் ரூமிலிருந்து ஹால் வரைக்கும் கேட்பதற்காகவே சத்தம் போட்டு கத்தி கொண்டு இருந்தாள். பாட்டியை ஏதோ கோபித்து கொண்டு இருக்கிறாள் என்று புரிந்தது. எப்போதும் எழுந்து வரும் போது கூர்கா மாதிரி சல்யூட் பண்ணி குட் மார்னிங் சொல்லும் பாட்டி சல்யூட் மட்டும் அடித்தாள். கண்களில் கண்ணீர்...

பாட்டிக்கும் அம்மாவுக்கும் ஏதோ பிரச்சனை என்பது அவனது சின்ன மூளைக்கு எட்டியது. அடுத்து தாத்தா டெய்லி பிரஷ்ல பேஸ்ட் போடும் போது நிறைய கதை பேசுவார். பக்கத்து ஆத்து சிப்பி பாறை நாய் டைகருக்கு இன்னிக்கு பிஸ்கட் குடுக்கலாமா, நாலாவது ஆத்துல புதுசா ஒரு லவ் பர்ட்ஸ் வாங்கி இருக்கா பார்க்கலாமா என்றெல்லாம் சொல்லி அவனை சந்தோஷமாக பிரஷ் செய்ய வைப்பவர் அமைதியாக அவர் வேலையை செய்தார்.

டபரா டம்பளர்ல பால் கொண்டு வைத்து விட்டு பாட்டி கிச்சன்குள்ள போனா. எப்போதும் பால் ஆத்தி தரும் போது பால் குடிச்சா அப்பா மாதிரி கை கால் எல்லாம் பலம் பிடிக்கும் அப்பா மாதிரி கருப்பா புசு புசு ன்னு மீசை வளரும் என்று அவனுக்கு பிடித்த விஷயமாக சொல்லி அவனை பால் குடிக்க வைக்கும் அப்பாவும் அமைதியாக பாலை ஆத்தி தந்து விட்டு டபரா டம்பளரை எடுத்து போனார்.

பாட்டி தான் எப்பவும் குளிப்பாட்டுவா அவனை. இன்னிக்கு என்னவோ அம்மா துண்டை எடுத்து வந்ததைப் பார்த்த ராகுல் "அம்மா என்னை பாட்டி குளிப்பாட்டணும்" என்றான்

பாட்டி தான் அவனுக்கு காது மூக்கு கை காலல்லாம் சுத்த படுத்தி அழகா மெதுவாக குளிப்பாட்டி விடுவா. டெய்லி குளிக்கும் போது பாட்டி சொல்லுவா "நம்ப உடம்பு நம்ம உயிரை தாங்கி நிக்கற கோவில் அதுல இருக்கிற நவ துவாரத்தையும் சுத்தம் செய்து குளிக்கணும். நம்மளால கங்கா யமுனாவுக்கெல்லாம் குளிக்க போக முடியாது அவா எல்லாரையும் இங்க கூப்பிடணும்.

"கங்கேச்ச யமுனேச் சைவ கோதா வரி சரஸ்வதி நர்மதே சிந்து காவேரி ஜலேஸ்மின்

சன்னிதிம் குரு" னு ஸ்லோகம் சொல்லி குளிப்பாட்டுவா

அவனுக்கு அது ரொம்ப பிடிக்கும். கோபத்தில் அம்மா துண்டை அவன் மேலே எறிந்து விட்டுப் போனாள்

ஏன் இந்தப் பெரியவா எல்லாம் இப்படி பிஹேவ் பண்றாங்கங்கறது அவனுக்கு புரியாத புதிரா இருந்தது.

ஸ்கூலுக்கு தாத்தாவுடன் கிளம்பிய அவன் நிறைய யோசித்து கொண்டே நடந்தான். முந்தா நேத்து அவன் ஃபிரண்ட் பாபுவுக்கு அவனுக்கும் சண்டை வந்த போது அம்மா அவனிடம் "சண்டை போட்டால் அன்னிக்கே மறந்துடணும். மறு நாளைக்கு கேரி ஓவர் பண்ண கூடாது" ன்னு சொல்லி பாபுவிடம் கை குலுக்க வைத்தாள்.

போன வாரம் அம்மம்மா அதான் அவன் அம்மாவுடைய அம்மா ஆத்துக்கு அம்மாவுடன் போன போது அம்மம்மாவுக்கும் அம்மாவுக்கும் சண்டை.. காலைல சண்டை போட்டு போன அம்மா சாயங்காலம் ஆபீஸ் விட்டு வந்த போது காப்பி குடுத்த அம்மம்மா விடம் "சாரிம்மா உன்னை மனசு கஷ்டப் படுத்தி விட்டேன் நீயே தப்புனாலும் நான் உன்னை விட வயசுல சின்னவ இந்த மாதிரி

எல்லாம் பேசி இருக்கக் கூடாது "ன்னு அம்மம்மாவை கட்டிண்டு அழ அதுக்கு அம்மம்மா "நீ குழந்தை உங்கிட்ட போய் பெரியவ நான் சண்டை போட்டேன் பாரு நான் தான் பொறுமையா பேசி இருக்கணும்"னு அம்மம்மா அம்மாவை கட்டிண்டு அழ சண்டை முடிவுக்கு வந்தது. அது போல இன்னிக்கு சாயங்காலம் எல்லாம் முடிஞ்சிடும்னு மனசுக்குள்ள சமாதானம் பண்ணிண்டான். ஆனால் மனதுக்குள் அவனுக்கு எப்பவுமே இதுல ஒரு குழப்பம். அம்மாக்கு மட்டும் எப்படி ரெண்டு அம்மா ரெண்டு அப்பான்னு.

சாயங்காலம் ஸ்கூல் விட்டு வந்த வுடனே டிபன் பூஸ்ட் எல்லாம் சாப்பிட்ட உடனே தாத்தா வா கார்டன்க்கு விளையாட போலாம் என கூப்பிட "நான் வரல தாத்தா" என்று அம்மா வரவை ஆவலுடன் எதிர் பார்த்தான் பாட்டியின் கண்ணுல காலைல பார்த்த கண்ணீர் அவன் மனசை என்னவோ பண்ணிண்டு இருந்தது

அம்மா வந்தாள் கை கால் அலம்பி ஃபிரெஷ் ஆகி வந்தாள் விளக்குக்கு நமஸ்காரம் பண்ணினாள். பாட்டி கலந்து குடித்த காப்பியை குடித்தாள். துணி மடித்தாள். அவன் பாட புத்தகத்தை செக் பண்ணினா. அப்பா வந்தார் காப்பி குடுத்தா. மணி ஏழாச்சு. ஆனால் அவன்

எதிர் பார்த்தது இன்னும் நடக்க வில்லை. எட்டு மணிக்கு எல்லோரும் சாப்பிட்டார்கள் ஒன்பது மணிக்கு தாத்தா பாட்டி படுக்க போனார்கள். அம்மா "ராகுல் வா படுக்க போலாம்" என்றாள்.

அதற்கு அவன் "அம்மா இன்னிக்கு இன்னும் ஒரு வேலை பாக்கி இருக்கும்மா" என்றான். அங்கு நின்ற ராகவன் "என்னடா?" ன்னு கேட்க "அம்மா இன்னும் பாட்டி யை ஹக் பண்ணி எக்ஸ்க்யூஸ் கேட்கல" என்றான் புரியாமல் முழித்த அம்மாவிடம் "அம்மா இந்த பாட்டியும் உனக்கு அம்மா தானே. அம்மா ன்னு தானே கூப்பிடற. அம்மம்மா விடம் சண்டை போட்ட அன்னிக்கு என்ன சொன்ன. அம்மா நீயே தப்புனாலும் நான் அப்படி பேசி இருக்க கூடாதுன்னு அம்மம்மாவை ஹக் பண்ணி மன்னிச்சுடும்மான்னு சொன்ன ஆனால் இந்த அம்மாவிடம் ஏன் சொல்ல மாட்டேங்கிற. என் ஃபிரண்ட் பாபுட்ட சண்டை போட்ட போது கேரி ஓவர் பண்ண கூடாது அன்னன்னிக்கு சண்டைய அன்னிக்கே முடிச்சுடணும் ன்னு சொன்ன நீ எதுக்கு மா இன்னிக்கு சண்டைய இன்னும் முடிக்காம கேரி ஓவர் பண்ற?" ன்னு கேட்டதும் அவளுக்கு செவிட்டுல அறை விழுந்த மாதிரி இருந்தது.

ராகுலை ஒரு முறை கட்டி முத்தம் இட்ட அவள் மாமியார் மாமனார் ரூம் கதவைத் தட்டினாள். மாமியார் முகம் இன்னும் தூங்கவில்லை அழுது இருக்கிறாள் என்று காண்பித்தது.

"அம்மா என்ன மன்னித்து விடுங்கள்" என்று கட்டி கொள்ள "அட சீ அசடே மன்னிப்பு எல்லாம் எதற்கு. நான்தான் வயதுக்கேற்ப நடந்து கொண்டு இருக்கணும்" என்று அவளை கட்டிக் கொள்ள ராகுலுக்கு இப்பதான் மனசு சமாதானமும் ஆச்சு. "அம்மாக்கு மட்டும் ஸ்வாமி ரெண்டு அம்மா குடுத்து இருக்காப்பா" என ராகவன் இடம் சொல்ல எப்படி இந்த பிரச்சனையை சமாளிக்கத் போகிறேன் என்று தவித்த ராகவன் ராகுலை கட்டிக் கொண்டு.. "ஸ்வாமி குடுக்கலடா உன் ஒத்த வார்த்தைல நீதான் உன் அம்மாவுக்கு அந்த நினைப்பை குடுத்தே" மனசுக்குள் நினைத்து கொண்டான்.

அம்மாவின் திருமணம்

ஹேமாவுக்கு பயங்கர கோபம் வந்தது. காலேஜ் முடிச்சு ஒரு வாரமா வீட்டில் இருக்கும் அவளுக்கு தாத்தா செய்வது கொஞ்சம் கூட பிடிக்கவில்லை. அம்மா வரும் நேரம் பார்த்து வாசல் திண்ணையில் போய் உட்காருகிறார். அம்மா வேலை பார்ப்பது ஒரு ஐ டி கம்பெனியில். அம்மாவைத் தவிர இருபத்தி ஐந்து ஆண்கள் வேலை பார்க்கிறார்கள். அம்மா ஒரே பெண் என்பதால் அம்மா மேல மரியாதை யாராவது ஒருவர் காலையில் பிக் அப் பண்ணி ஈவினிங் டிராப் பண்ணுவார்கள். அவர்களைத்தான் தாத்தா கட்டாயப் படுத்தி உட்கார வைப்பார் அம்மாவை காப்பி கொண்டு வர சொல்லி விட்டு வந்தவரின் குலம் கோத்திரம் என்ன படிச்சு இருக்கார் குடும்பத்தில் எத்தனை பேர் கல்யாணம் ஆச்சா இப்படி எல்லாம் கொஞ்சம் கூட இங்கிதம் இல்லாமல் கேட்கிறார்.

அத்துடன் ஒரு நோட் புக் வெச்சுண்டு பேரு மொபைல் நம்பர் எழுதிக்கிறார். அதுவும் முந்தா நேத்து தியாகு அங்கிள் இடம் கேட்டதுதான்

இதுக்கெல்லாம் ஹைலைட். அதனால்தான் ஹேமாவுக்கு தாத்தாவின் மேல் அத்தனை கோபம் இன்று அவருடன் கிளம்பி விட்டார் மார்க்கெட் போகிறேன் என்று. நிச்சயம் அவர் வீட்டிற்கு தான் போயிருப்பார் அம்மாவின் கூட வேலை பார்ப்பவர்கள் எல்லாம் அம்மாவை எவ்வளவு தப்பாக நினைப்பார்கள். இவருக்கு ஏன் புரிய மாட்டேங்குது. இவருக்கு புரியாததாவது பரவாயில்லை அம்மாவுக்கு ஏன் கோபம் வரமாட்டேன் என்கிறது. இன்று அம்மாவைக் கேட்டே ஆக வேண்டும் என்று முடிவு செய்தாள்

ஏழு மணிக்கு அம்மா ஃபிரெஷ் ஆகி டிவி முன்னால் ரிமோட் எடுத்து உட்காரவும் ஹேமா "அம்மா நான் உன்கிட்ட கொஞ்சம் பேசணும்"

"சொல்லு என்னாச்சு.."

"எனக்கு இந்த தாத்தா பண்றது எதுவுமே பிடிக்கல. உன்னை டிராப் பண்ண வருபவர்கள் பேரு மொபைல் நம்பர் எல்லாத்தையும் அவர்கள் முன்னாடியே ஒரு நோட் புக்ல குறிச்சி வைக்கிறார்

"இதிலென்ன தப்பு கண்டு பிடிச்ச ஒரு வேளை என்னிக்காவது என்னை ரீச் பண்ண முடியலைன்னா இவர்கள் யாரையாவது கான்டாக்ட்

பண்ணலாமே என்ற எண்ணத்தில் வாங்கி இருப்பார்"

"அது மட்டும் இல்லம்மா அவங்க பர்சனல் லைப் பற்றியெல்லாம் கேக்குறாரு ரொம்ப சங்கடமாக இருக்கு. நீ இவ்வளவு பெரிய படிப்பு படிச்சு இவ்வளவு பெரிய போஸ்ட்ல வேலை பார்க்கிறது எல்லாம் வேஸ்ட். உன்னை மற்றவர்கள் தப்பாக நினைக்கும் விதத்தில் நடந்து கொள்ளும் தாத்தாவை உன்னால் எதிர்த்து கேள்வி கேட்க முடியல.."

"இதோ பார் இன்னொரு முறை இந்த மாதிரி எல்லாம் பேசாதே என்ன சொன்ன இவ்வளவு படிப்பு இத்தன பெரிய வேலை யாரை எதிர்த்து எனக்கு கேள்வி கேக்க தெரியலன்னு சொன்ன உங்க தாத்தாவை ,இந்த படிப்பும் வேலையும் உங்க தாத்தா போட்ட பிச்சை. நான் பண்ணினதுதான் தப்பு. உனக்கு விவரம் தெரிந்தவுடன் எல்லாம் சொல்லி இருக்கணும். சரி இனி உனக்கு அதற்கு உண்டான வயசு ஆயாச்சு உட்கார் சொல்றேன். இதோ பார் எனக்கு 23 வயசில கல்யாணம். எங்களுடையது காதல் திருமணம் உங்க மாமாக்கள் இந்த கல்யாணத்துக்கு ஒத்துக் கொள்ள வில்லை.."

"எனக்கு மாமாக்கள் இருக்காங்களாமா?.."

"உனக்கு மாமா மட்டும் இல்லை தாத்தா பாட்டி சித்தி மாமி எல்லோரும் இருக்காங்க.."

"அப்புறம் ஏன் எனக்கு அவங்களை எல்லாம் தெரியலை..?"

"அவசியமில்லை.." "ஏன்மா?"

"நாங்கள் அப்போது பெங்களூர்ல இருந்தோம். உன் அப்பா ஒரே பையன்.. தாத்தா பாட்டி எங்கள் கல்யாணத்துக்கு ஓகே அவர்கள் இருவரும் எங்கள் வீட்டில் வந்து இந்த கல்யாணத்துக்கு பிரஷர் குடுத்ததனால் உன்னோட மாமாக்கள் கடன் வாங்கி கல்யாணம் ஏற்பாடு பண்ணினார்கள் 23 வயசுல கல்யாணத்துக்கு என்ன அவசரம் என்று ஒரே திட்டு... கல்யாணம் பண்ணி அனுப்பினார்கள். 23 வயசுல இருந்து 27 வயசு வரை எனக்கு வசந்தகாலம் நீ என்னோட 25 ஆவது வயதில் பிறந்த டெலிவரி கூட அப்பா இங்கேயே இருக்க சொன்னதால் நான் அம்மா வீடு போகவில்லை.

ஆனால் திருமணம் ஆன நாளில் இருந்து வார இறுதி நாட்களில நானும் அப்பாவும், உன்னையும் கூட்டிக் கொண்டு என் அம்மா வீடு போவோம்... உன் அப்பா கை ரொம்ப தாராளம்... ஃப்ரூட் கிலோ கணக்கில் சாக்லேட் பிஸ்கட் என்று

எல்லாம் வாங்கிக் கொண்டு போவோம் நாம போய் விட்டால் எல்லோரும் ஹால் ரூம்ல உட்கார்ந்து பேசி ஒரே கும்மாளம் தான் அப்பா மேலும் என் மேலும் உள்ள கோபம் போய் எங்களுடன் ரொம்ப பிரியமாக இருந்தார்கள். நானும் அதை நம்பினேன்

எனக்கு 27 வயசு உனக்கு இரண்டு வயசு அன்று காலை பால் வாங்கப் போன அப்பா மீது பால் வேன் மோதி நாங்கள் போய் பார்த்தது அப்பாவின் பாடியைத்தந்த அந்த நாள் என் வாழ்க்கையின் மறக்க முடியாத கருப்பு நாள்... அப்பாவின் காரியங்கள் எல்லாம் முடிந்து ஒரு மாதத்தில் நான் உன்னைத் தூக்கி கொண்டு நிரந்தரமாக என் அம்மா வீடு போக முடிவு செய்தேன்.

தாத்தா பாட்டி என்னை இங்கு இருக்க சொல்லி கெஞ்சினார்கள் நான் பிடிவாதமாக உன்னையும் தூக்கி கொண்டு இரண்டு பெட்டிகளை தூக்கி கொண்டு ஆட்டோவில் அம்மா வீடு போனேன் இறங்கியவள் ஆட்டோ க்கு சேஞ்ச் இல்லாமல் வாங்க உள்ளே போன போது உன் மாமாமார்கள் இருவரும் உன் தாத்தா பாட்டியிடம், "இதோ பாருங்கள் ஒரு வேளை அவள் குழந்தையைத் தூக்கி கொண்டு இங்கு வந்தால் நம்மால் பார்த்து கொள்ள முடியாது என்று

சொல்லுங்கள். அவள் கல்யாணத்துக்கு வாங்கின கடனே இன்னும் அடைக்க முடியல எங்களால் அவள் பாரத்தை எல்லாம் சுமக்க முடியாது'' ன்னு சொல்லி கொண்டு இருந்ததை காதில் வாங்கிய நான் மனதளவில் நொறுங்கி போனேன்.

போன அதே ஆட்டோவில் திரும்பி தாத்தா பாட்டியிடம் வந்தேன். பாட்டியின் மடியில் படுத்து கதறி அழுத பிறகுதான் என் மன வேதனை குறைந்தது. தாத்தாவும் பாட்டியும் என்னை ஒரு பெண்ணுக்கு மேலாக பார்த்து கொண்டார்கள். நான் அந்த வீட்டிலும் அந்த ஊரிலும் இருந்தால் பழைய விஷயங்களை மறப்பது கஷ்டம் என்று உணர்ந்த தாத்தா பாட்டி சென்னைக்கு ஷிப்ட் ஆக முடிவு செய்தார்கள். என்னுடைய 28 வது வயதில் தாத்தா என்னை "படிக்கிறாயா நீ பிஎஸ்சி யில கோல்டு மெடலிஸ்ட் ஆச்சே உன் கால்ல நிக்கறதுக்கு உனக்கு ஒரு தன்னம்பிக்கை உருவாக படிப்பும் வேலையும் முக்கியம்'' என்று சொல்லி என்னை எம் சி ஏ படிக்க வைத்தார்கள்.

இந்த கம்பெனியில வேலை கிடைச்சுது.கை நிறைய சம்பளம் மனசு நிறைய தன்னம்பிக்கை இதெல்லாம் கிடைத்தது தாத்தாவால் தான். நாமெல்லாம் சென்னை வந்தது என் குடும்பத்தில் யாருக்கும் சொல்லவில்லை. தாத்தா என்னை

சொல்ல சொல்லி கம்பெல் பண்ணினார். நான்தான் வேண்டாம் என்று சொல்லி விட்டேன். மனசு விட்டு போச்சு. ரத்த சொந்தங்கள் என்னை ஏமாற்றி விட்டது... நமக்கு உறவு தாத்தா பாட்டி மட்டும் தான். நான், நீ, தாத்தா, பாட்டி இதுதான் நம் குடும்பம் அவர்களை பற்றி இன்னொரு முறை என்னிடம் குற்ற பத்திரிக்கை வாசித்தால் நான் உன்னிடம் பேசுவதை நிறுத்தி விடுவேன் அதனால் இத்துடன் இதை மறந்து விடு.."

அம்மாவின் வெட்டு ஒண்ணு துண்டு ரெண்டு பேச்சு அவளுக்கு ரசிக்கவில்லை. சரி, தாத்தா பாட்டி நம் நல்வாழ்வுக்கு காரணம், மறுக்கவில்லை. இப்போது அம்மா பேரு ஸ்பாயில் ஆவதற்கு அவர்தான் காரணமாக போகிறார். அது ஏன் அம்மாவுக்கு புரியவில்லை என்ற கோபத்தில் வேறு ரூம்ல போய் கதவை சாத்திக் கொண்டாள். தூக்கம் வராமல் யூட்யூப் பார்த்து கொண்டு இருந்தவளுக்கு தண்ணீர் தாகம் எடுக்க பாட்டில் பார்த்தால் தண்ணீர் இல்லை. எடுப்பதற்காக கிச்சன் வந்தவள் தாத்தா பாட்டி ரூம் திறந்து இருக்கவும் எட்டி பார்க்க பேச்சு சத்தம் கேட்க அங்கேயே நின்று கவனித்தாள்

பாட்டி தாத்தாவிடம் “என்ன இன்னிக்கு மிஷன் சக்ஸஸ் போல முகத்துல சந்தோஷக் களை தாண்டவம் ஆடறது?”

“ஆமாண்டி அந்த பையன் தியாகு ஒரு விடோயர். அவன் மனைவி எட்டு மாத கர்ப்பமாக இருக்கும் போது குழந்தை உள்ளேயே இறந்தது தெரியாமல் இருந்ததால் அவள் உடம்பில் நச்சு கலந்து இறந்து விட்டாள். தன் குழந்தையை சுமக்கப் போய்தான் இறந்தாள் என்ற குற்ற உணர்வில் அவன் இதுவரை திருமணம் செய்து கொள்ள வில்லையாம். அம்மா அப்பா உறவுகள் என்று சொல்லிக்கிறார் போல யாருமில்லை.பெரிய வீடு, கார் நல்ல குணம் இதெல்லாம் இருக்கு..”

“அது சரி அந்த பையன் கல்யாணத்துக்கு ஒத்துப்பானா? இது பாட்டி

“அதையும் கேட்டுட்டேன் இப்போ 5 வருஷமாத்தான் அவன் நிம்மதியா இருக்கானாம். சார் இப்பதான் ஒரு துணையை என் மனசு தேடறது” என்றான்

“அதெல்லாம் சரி நம்ம பானுவை கல்யாணம் பண்ணிக்க ஓகே சொன்னதா சொன்னீங்க சரி.. பானுவுக்கு கர்ப்பபை எடுத்த ஆபரேஷன் நடந்தது பற்றி சொல்லியாச்சா?” இது பாட்டி

"எல்லாமே சொல்லிட்டேன் அந்த பையன் ஹேமா ஒருத்தி எங்களுக்கு குழந்தையா இருந்தா போதும்" னு சொல்லி விட்டான்

"அப்புறம் என்ன சோகம் உங்களுக்கு?"

"என் பையன் பானுவின் 27 வயசுல அவளை விட்டு விட்டு இறந்தான் அவளுக்கு இப்ப 46 வயசு ஆறது. ரொம்ப நல்ல குழந்தை. எனக்கு வயசு 74 உனக்கு 68 நம்ம ரெண்டு பேரும் போய்ட்டா அந்த குழந்தை என்ன பண்ணுவான்னு நினைச்சு நான் நிம்மதியா தூங்கியே 19 வருஷம் ஆயாச்சு.. ஹேமா நாளைக்கு கல்யாணம் ஆகி போயிட்டா தன் வீடு தன் குழந்தை தன் குடும்பம்ன்னு இருப்பா பானு தனி மரம் ஆகி விடக்கூடாது, அந்த குழந்தை வாழ்க்கையில் இனிமேலாவது சந்தோஷமா இருக்கணும் என்றுதான் கவலை பட்டேன். இப்போ தகுந்த துணையைத் தேடி விட்டேன் இதற்கு தான் வருகிற எல்லா பசங்களையும் விசாரித்தேன் அதுல குழந்தை ஹேமாக்கு கோபம்ங்கறது அவ மூஞ்சில தெரிஞ்சுது.."

"அதெல்லாம் சரி இப்போ கல்யாணம் பண்ற இந்த முடிவை அந்த குழந்தையின் 35 வயசுல நீங்க எடுத்து இருக்கலாமே. .?"

"ஆமா... நீ கேட்கறது சரிதான். அப்ப கல்யாணம் பண்ணியிருந்தா பண்ணிக்கிறவன் எப்படியும் அவனுக்கு ஒரு குழந்தை வேணும்னு சொல்லி இருப்பான் பானு வுக்கு இரண்டுமே அவள் குழந்தைகள் அன்பு ஒண்ணு போல காமிப்பாள். கல்யாணம் பண்ணிண்டவனுக்கு ஹேமா அவனுடைய குழந்தை இல்லை பானு அளவுக்கு அவனால் அன்பு காமிக்க முடியாது ஹேமா மனசு வருத்தப்படும் பானுவும் ஹேமாவுக்கு தன் முழு அன்பையும் இப்போ காட்டிக் கொண்டு இருப்பது போல காட்டியிருக்க முடியாது. இப்போ ரகுவுக்கு இன்னொரு குழந்தை இல்லை என்று தெரிந்து தான் இந்த கல்யாணத்துக்கு ஓகே சொல்லி இருக்கான் அதனால ஹேமாவை நிச்சயம் சொந்த மகளா ஏத்துப்பான்..என் பேத்தியும் சுகப்படணும் என் மருமகளுக்கும் சந்தோஷமான வாழ்க்கை வேணும் இதுதான் சரியான வயசு.இப்போ என் கவலை அதுவல்ல பானுவை ஒத்துக்க வைக்கிறது கஷ்டம் இல்லை இந்த ஹேமா பெண்ணை ஒத்துக்க வைக்கிறது மகா கஷ்டம் அதான் யோசிக்கிறேன்.." என்று சொல்லவும்

ஹேமா கையிலிருந்த பாட்டிலை கீழே வைத்து விட்டு தாத்தா பாட்டி இருவரையும் ஒரு சேர அணைத்து முத்தம் இட்டாள்.

"தாத்தா என்னை மன்னிச்சிடுங்க நான் உங்களை புரிந்து கொள்ளவே இல்லை. அம்மாதான் உங்களை நல்லா புரிந்து வெச்சு இருக்கா. நான் என் அம்மாவின் தனிமை பற்றி இத்தனை நாள் யோசிக்கவே இல்லை. ரொம்ப சுயநலமா இருந்து இருக்கேன். எனக்கும் தியாகு அங்கிள் ஐ பிடிக்கும். ரொம்ப நல்லவர். ரொம்ப சந்தோஷம் தாத்தா. அம்மாவை இந்த கல்யாணத்துக்கு சம்மதிக்க வைப்பது என் பொறுப்பு நீங்கள் நிம்மதியாகத் தூங்குங்கள்.." என்று அங்கிருந்து நகர்ந்த அவள் நாளை காலை அம்மாவையும் தியாகு அங்கிளையும் கோவிலுக்கு வர சொல்லி சம்மதம் வாங்க வேண்டும் என்று நினைத்து படுத்தாள். 10 நாட்களாக நிம்மதி இல்லாதிருந்ததால் அவள் அருகே வராத நித்திரா தேவி அன்று ஹேமா வை இறுக்கி அணைத்துக் கொண்டாள்.

இதுவரை தூங்காமல் தவித்த மூன்று உள்ளங்களும் அன்று நிம்மதியாக தூங்கியது.

அய்யாவு ஐயர் என்ற வியாஸ்

அந்த தெருவில் நடு நாயமாக ஓங்கி நின்றது பஞ்சாப கேச ஐயர் வீடு. அவ அப்பா அய்யாவு ஐயர் காலத்துல கட்டினது. வாசலில் இரண்டு பக்கமும் உயர்ந்த திண்ணை ரெட் ஆக்சைடு சிமெண்ட் போட்டு பள பள என்று இருந்தது. வாசலில் பசுஞ்சாண வாடை சாணி கரைத்து வாசல் தெளித்ததை பறை சாற்றியது. அம்சமான அழகான கன்யா கோலம் அதை சுற்றி செம்மண் அன்று வெள்ளிக்கிழமை என்பதை சொல்லாமல் சொல்லியது. கடந்து போகிறவர்கள் நாசியில் மட்டிப்பால் சாம்பிராணி ஊதுபத்தி வாசனையும் அடுப்பில் நெய்யில் முந்திரி திராட்சை சர்க்கரை பொங்கலுக்கு வறுபடும் மணமும் சேர்ந்து வந்து ஒரு நிமிடம் நின்று நகர வைத்தது. அத்துடன் பஞ்சாபகேச ஐயரின் குரலும் அவருடைய ஆறு வயசு பையன் வியாஸ்ன் குரலும் சேர்ந்து ருத்ரம் சொல்ல அந்த தெரு முழுவதும் அவர்கள் குரல் கணீர் என ஒலித்தது.

எட்டு வயது வரை காதில் வைரக் கடுக்கனும் கட்டு குடுமியும் ஆக இருந்த வியாஸ் தனது எட்டாவது வயதில் அப்பா "ஸ்கூல்ல கேர்ள்ஸ்லாம்

சிரிக்கிறாங்கப்பா எனக்கு இந்த கடுக்கன் வேண்டாம்..” என்றான்.

கேட்டுக் கொண்டிருந்த லக்ஷ்மிக்கு பட படப்பாக வந்தது. காதில் வைரகடுக்கன் உடனும் கட்டு குடுமியுடணும் அவன் பூணூல் பிடித்து கொண்டு வேதம் படிக்கும் கண் கொள்ளாக் காட்சி அவள் மனதில் நிழலாடியது. தனது மாமனாரின் வைர கடுக்கன் அவருக்கு பின் பேரனுக்கு போட்டு விட வேண்டும் என்று சொல்லித் தந்தது. அதை கழற்ற சொல்கிறான் என்ற வருத்தத்தில் “கோந்தை வியாஸ் தாத்தாவுடைய ஆசைடா இது..” என்று சொல்ல பஞ்சாபகேச ஐயரின் குரல் கணீர் என்று வந்தது

“லக்ஷ்மி அவனை தடுக்காதே அவனுக்கு பிடிக்கவில்லைன்னா கழற்றி வைத்து விடட்டும்..” என்றார். வியாஸ் அங்கிருந்து போனவுடன் மனைவியை கூப்பிட்டார்.

“லக்ஷ்மி என் அப்பா என்னிடம் சொன்னது இப்போது உங்கிட்ட சொல்றேன். எந்த விஷயத்திலும் உன்னுடைய ஆசையும் அதிகாரத்தையும் அடுத்தவர் மேல் திணிக்காதே. அது போல வேதத்தையும் நமது குல வழக்கத்தையும் குழந்தைகள் தானாக விரும்பி கத்துக்கணும் நீ அவர்களிடம் திணித்தால் அந்த

நேரத்தில் அவர்கள் மனது உனக்காக ஒத்து கொண்டாலும் அதற்கு பிறகு அதில் இருந்து வெளியே வர குறுக்கு வழிகளை தேடும். அதனால் இனிமே அவனின் விருப்பத்திற்கு விட்டு விடு..” என்றார்

அதே போல் 14 வது வயதில் குடுமியை துறந்து கிராப் வைத்து கொண்டான் வியாஸ். கற்ற வித்தைகளையும் மற்ற மந்திரங்கள் சொல்வதையும் நிறுத்தினான். லக்ஷ்மிக்கு தன் பையன் புத்தி ஏன் இப்படி போகிறது என்று இருந்தது. பஞ்சாப கேச ஐயர் இதைப் பற்றியெல்லாம் கவலைப்படவில்லை. அவருடைய ஒரே நம்பிக்கை அந்த தெய்வமும் அவர் அப்பாவின் வாக்கும் தான். அந்த தெய்வம் அவனை நம்மிடம் நம் குழந்தையாக எதாவது ஒரு சந்தர்ப்பத்தில் திருப்பி தரும் என்று தீர்மானமாக நம்பினார்.

இருபத்தி இரண்டாம் வயதில் அமெரிக்காவுக்கு படிக்க கிளம்பினான். லக்ஷ்மி அழுது எல்லாம் பார்த்தாள் ஆனால் வியாஸ் தன் முடிவில் உறுதியாக நின்று கிளம்பினான்... இருபத்தாறு வயதில் தான் இஷ்டபட்ட பெண்ணை திருமணம் செய்து கொண்டான்.

லக்ஷ்மிக்கு ஒரே ஒரு ஆறுதல் அவர்கள் வேறு மொழியாக இருந்தாலும் அவள் ஆசைப்பட்ட

படிதான் அமைந்து இருந்தாள். இந்த காலத்தில் இப்படி நினைப்பது தவறுதான். தன் கணவன் கூட இந்த விஷயத்தில் எல்லாம் முற்போக்காக சிந்திக்க ஆரம்பித்து விட்டார் என்பது அவளுக்கு புரிந்தது ஆனால் அவள் மனம் இன்னும் திருமண விஷயத்தில் மட்டும் பிற்போக்காக தான் இருக்கிறது. ஏன் என்பது அவளுக்கு புரியவில்லை. தான் வளர்ந்த விதமா அல்லது திருமணம் ஆகி வந்த இந்த குடும்பமா தெரியவில்லை என்ற அவளின் நினைப்பை புரிந்து கொண்டவர் அவளிடம் "லக்ஷ்மி காலம் மாறிவிட்டது இப்படி எல்லாம் நீ நினைச்சா ஊர் உலகம் உன்னை கேள்வி கேட்கும்.." என்று சொல்லி கொண்டே அங்கிருந்த நகர்ந்த அவரை லக்ஷ்மி "ஏன்னா சித்த நில்லுங்கோ,பேசின்டே நகர்ந்தா எப்படி.." என்று கேட்கவும் நின்ற அவர் "சரி என்ன சொல்ல வர சொல்லு.." என்றார்.

" இதோ பாருங்கோ என் பையன் வேற ஜாதி பெண்ணை விரும்பி அதை ஏத்துக்காம தடையா நான் நின்னா உங்க ஊரு உலகத்துக்கு என்னை கேள்வி கேக்க உரிமை இருக்கு. அதை நான் செய்யவும் மாட்டேன் ஏன்னா மற்றவர்களுடைய தனிப் பட்ட விருப்பத்துக்கு மதிப்பு கொடுப்பவள் நான். என்னுடைய ஆசையை விருப்பத்தை நான் மற்றவர்கள் மேல் எப்போதுமே திணிக்க

ஆசைப்பட மாட்டேன். அதே நான் என் குடும்பத்துக்கு வர நாட்டு பெண் என் குலத்தில் ஒருத்தி ஆக இருக்கணும்னு நினைக்கிறது என்னுடைய ஆசை, என்னுடைய விருப்பம், என்னுடைய ஒரு உணர்வு. இப்படி என் மனதிற்குள் நான் நினைக்கிறது ஒரு தனி மனுஷி உடைய சுதந்திரம். இதில தலையிட அல்லது கேள்வி கேட்க உங்க ஊரு உலகத்துக்கு உரிமை கிடையாது அதை முதல்ல புரிஞ்சுக்கோங்கோ

இந்த லக்ஷ்மி இதையெல்லாம் வாயை திறந்து சொல்லி விட்டேன். மற்ற பெற்றவர்களை போய் கேளுங்கள் அவர்கள் மனமும் என்னுடையது போல தான் இருக்கும் வேறு வழியில்லாமல் காலத்துக்கு ஏற்பவும் பிள்ளைகளின் விருப்பத்துக்காகவும் எல்லாவற்றையும் ஏற்று கொண்டு தன் விருப்பத்தை வெளியில் சொல்லாமல் முழுங்கிக் கொள்கிறார்கள். ஏன்னா இப்ப இந்த காலத்துக்கு அதுதான் சரி என்பதால். இப்போ சொல்லுங்கோ என் நினைப்பு ஆசை விருப்பம் தப்பா?" என்று ஒரு வக்கீல் போல் பேசும் அவள் சில சமயம் வாதம் செய்வதை பார்க்கும் போது பஞ்சாபகேச ஐயர்க்கு அவள் மேல் அளவு கடந்த மரியாதை தோன்றி விடும்.

ஒன்பது வருடம் மகன் அம்மா அப்பாவை எல்லாம் மறந்தான். லக்ஷ்மி தான் ஏதாவது பிள்ளைக்குப் பிடித்ததை பண்ணினால் சாப்பிடாமல் உட்கார்ந்து அழுவாள் காலப் போக்கில் அவள் மனதும் மரத்து விட்டது. அவ்வப்போது பஞ்சாபகேச ஐயரிடம் கேட்பாள் "நமக்கு எதாவது ஆயிடுத்து ன்னா கொள்ளி வைக்கவாவது அவன் வருவானா.." என்று அதற்கு பஞ்சாபகேச ஐயர் "செத்ததுக்கு பின் உடம்புல யார் கொள்ளி வெச்சாலும் எரியும். வெச்சது யாரு ன்னு செத்ததுக்கு அப்புறம் உனக்கும் எனக்கும் தெரியவா போறது." என்று சிரித்துக் கொண்டே சொல்வார்.

அன்று பஞ்சாபகேச ஐயர் மொபைல் போன் என்றும் இல்லா திருநாளாக வாட்ஸ்அப் வீடியோ கால் அதுவும் வெளிநாட்டு நம்பர் ல இருந்து வர போன் ஐ எடுத்தவர் பையனைப் பார்த்ததும் பேச வராமல் கண்ணீர் சிந்தினார்... போன் ரிங் ஆகியும் அவர் பேசும் சத்தம் கேட்காததால் லக்ஷ்மி அங்கு வர வியாஸை வீடியோவில் பார்த்த அவளுக்கும் பேச்சு வரவில்லை கண்களில் இருந்து கண்ணீர் வழிந்தது. "கோந்தை நல்லா இருக்கியா ஏண்டா இளைச்சு போய் இருக்க நல்ல சாப்பிடறயா குழந்தைகள் எப்படியிருக்கு? நாட்டு பெண் எப்படி இருக்கா?" என அடுக்கடுக்கா கேட்க, பார்த்து

கொண்டு இருந்த பஞ்சாப கேச ஐயர் “லக்ஷ்மி கொஞ்சம் மூச்சு விட்டுக்கோ, உன் பையன் எதோ முக்கியமா பேசணும்னு ஃபோன் பண்ணி இருக்கான்” என சொல்ல வியாஸ், “அப்பா நான் ஃபேமிலி உடன் இரண்டு நாளில் அங்கு வரேன் எனக்காக மாடி ரெண்டு பெட் ரூம்ல ஏசி போட்டுடுங்கோ” என்றான். ஐயரும் “அதுக்கென்ன கோந்தை தாராளமாக போட்டு விடறேன் ஜாக்கிரதையாக வந்து சேருங்கன்னு” சொல்லி போன் வைக்கவும் லக்ஷ்மி பரபரப்பானாள்.

“லக்ஷ்மி ஏன் இப்படி மெனக்கெட்டு எல்லாம் பண்ணிண்டு இருக்க. உன் பிள்ளை பேரன்கள் எல்லோரும் வெளிநாட்டு வாழ்க்கைக்கு பழக்கம் ஆனவங்க. எண்ணெய் பக்ஷணமெல்லாம் சாப்பிடப் போறது இல்லை..” என்றவுடன் “நீங்க சித்த சும்மா இருங்க என் பிள்ளை என் கையால பண்ணின பக்ஷண மெல்லாம் சாப்பிட்டு எத்தனை நாள் ஆச்சு எல்லாம் சாப்பிடுவான்..” என்று அவர் வாயை அடைத்தாள்.

இன்றுடன் வியாஸ் குடும்பத்துடன் வந்து ஆறு மாதம் ஆச்சு பஞ்சாப் கேச ஐயர்க்கு மனது பரிதவித்தது செலவுக்கு காசுக்கு வழி பண்ணனும். அவன் அப்பாவை பார்க்கும் போது எல்லாம் “யுஎஸ் லிருந்து பணம் என் இந்தியன் அக்கவுண்ட்க்கு வர

டைம் எடுக்குதுப்பா வந்தவுடன் பணம் தருகிறேன்.." என்று சொல்வான். அவர் சம்பாதிப்பது அவருக்கும் லக்ஷ்மிக்கும் தாராளம் ஆனால் இப்போது அதிகமாக நாலு பேர். சின்ன குழந்தைகள் பால், தின் பண்டங்கள் என்று அதிக செலவு.

வாசலில் நின்ற பால்காரன் மாடசாமிக்கு மூன்று மாத பாக்கி. மாடசாமி, "அய்யா எனக்கு உங்க வீட்டு வாசல்ல வந்து நிக்க ரொம்ப கஷ்டமாக இருக்கு ஆனா மாட்டுக்கு தீவனம் வாங்கணும் கையில் உள்ள காசு காலி. உங்க பாக்கி எட்டாயிரம் தாண்டிடுத்து ஐயா கொஞ்சம் உதவி பண்ணுங்க." என்றவரிடம் "சாயங்காலம் ஆறு மணிக்கு முன்னால வா தரேன்.." என்றார்

உள்ளே வந்தவரால் "எப்படி குடுக்க முடியும்ங்கற" லக்ஷ்மியுடைய கேள்விக்கு பதில் சொல்ல தெரியவில்லை.

"லக்ஷ்மி எதாவது பொட்டு பொடி நகை உள்ள இருக்கா பாரு" என்றார் "எதுவுமில்லை போன மாசத்துல எல்லாம் வித்தாச்சு. உங்க அப்பாவின் வைர கடுக்கன் ஒன்று தான் பாக்கி. அதை என்னிக்காவது என் பிள்ளை அய்யாவு ஐயரின் பேரனாக முழு மனசோடு போட்டுப்பான்னு பத்திரமா வச்சி இருக்கேன். இதோ பாருங்கோ

நாம பணத்துக்கு கஷ்டப் படறது பிள்ளைக்குத் தெரிய வேண்டாம். என்னோட தாலி கொடி பத்து சவரன்... இன்னிக்கு நான் மஞ்ச கயிற போட்டுண்டு தாலி கொடியை கழற்றி தரேன் வித்துடுங்கோ இன்னும் அஞ்சாறு மாசம் பணக் கவலை இல்லாமல் இருக்கலாம்.." என்றாள்

மாடிப் படியில் நின்று கேட்டு கொண்டு இருந்த வியாசுக்கும் அவன் மனைவி லதாவுக்கும் செவிட்டில் அறைந்தது போல் இருந்தது. இரவு முழுக்க ஏசியில் படுத்து சுகமாக தூங்கி எழுந்ததை நினைத்து வெக்கமாக இருந்தது.

அமெரிக்காவில் வசிக்கும் காலத்தில் ஒரு பைசா சேர்க்காமல் ஒன்பது வருடங்களும் புதுசு புதுசா கன்ட்ரி சுற்றி பார்ப்பதில் பைசாவை செலவழித்தனர். வெளிநாட்டு மோகம் அவனுடைய லைஃப் ஸ்டைலை மாற்றி இருந்தது. வியாசுக்கு வேலை போன போது எல்லாவற்றையும் விற்று கடன் இல்லாமல் ஃப்ளைட் ஏறமுடிந்தது அவ்வளவுதான். இங்கு வந்த பிறகு அவன் எவ்வளவோ ட்ரை பண்ணியும் இன்று வரை வேலை கிடைக்க வில்லை. அப்பாவிடம் இத்தனை நாளாக பொய் சொல்லி கொண்டு இருந்தான். அப்பா அம்மாவின் பேச்சை கேட்ட அடுத்த நிமிஷம்

இருவரும் தங்களை நினைத்து வெட்கப்பட்டனர். இருவரும் ஒரு முடிவுடன் கீழே இறங்கினர்.

அரை மணி நேரத்தில் வெளிய போய் வந்த வியாசின் சிகை குடுமி ஆனது. வந்து குளித்த அவன் எந்த கடுக்கனை வேண்டாமென்று கழட்டித் தந்தானோ அதை வாங்கி காதில் அணிந்து கொண்டான். வெளியில் கிளம்பும் அப்பாவுடன் போக தானும் ஒரு சாக்கு பை எடுத்து வைதீகத்துக்கு தேவையான எல்லாவற்றையும் எடுத்து வைத்தான். குளிச்சு வெளியில் வந்த லதா மடிசார் புடவையில் வந்தாள் அம்மாவையும் ஹாலுக்கு கூப்பிட்டான் அம்மா அப்பாவை நிறக வைத்து இருவரும் காலில் விழுந்தனர்.

“அப்பா அம்மா எங்களை மன்னிச்சிடுங்கோ. இத்தனை நாள் உங்களிடம் பொய் சொன்னேன். எனக்கு வேலை போய் விட்டது நான் எவ்வளவோ ட்ரை பண்ணியும் வேலை கிடைக்கலை. நீங்கள் காலையில் பால் காரனிடமும் அம்மாவிடமும் பேசியதை கேட்டேன் இதற்கெல்லாம் நான் தான் காரணம். ஆடம்பரமாக இருந்தது, சேமிக்கும் பழக்கம் இல்லாதது வேதம் சொல்லும் வேலையை குறைவாக மதிப்பிட்டது எல்லாத்துக்கும் சேர்த்து இறைவன் தண்டனை குடுத்து விட்டார். ஆனால் நீங்கள் கத்து குடுத்த வேதமும் மந்திரங்களும்

நான் வேண்டாமென்று இருந்தாலும் என் மூளையில் ஆழப் பதிந்து விட்டது. இப்போது என் தேவைக்கு அது எனக்கு உதவ தயாராகி விட்டது. இனி உங்களுடன் ஜபம் வைதீகம் எல்லா காரியங்களுக்கும் அய்யாவு ஐயர் என்ற வியாஸ் வரேன் பா. கூட்டிண்டு போக மாட்டேன்னு மட்டும் சொல்லிடாதேங்கோ.." என்ற அவனின் தோளை பிடித்து தூக்கி விட்ட அவர்.

"இதோ பார் வயிற்றுப் பிழைப்புக்காக வேதம் சொல்ல கிளம்பி இருந்தால் உன் மனதை மாற்றி கொள் எத்தனை நாள் ஆனாலும் உன்னையும் உன் குடும்பத்தையும் உட்கார்த்தி வைத்து சாப்பாடு போட என்னால் முடியும். கொஞ்ச கூடுதலாக கஷ்டப் படணும் அவ்வளவுதான். மனம் ஒப்பி சந்தோஷமாக நம் வேதங்களையும் மந்திரங்களையும் நாம் உச்சாடனம் செய்தால் தான் நாம் நடத்தி வைக்கும் விசேஷங்களின் பலன் அதை ஏற்பாடு செய்தவருக்கு கிடைக்கும். அதனால் முழு மனதுடன் அய்யாவு ஐயரின் பேரனான என் மகனாக வந்தால் நான் உன்னை கூட்டி போகிறேன்..." என்றார்.

"அப்பா நான் என் முழு மனதுடன் ஆனந்தமாக இந்த வித்வத்தை செய்ய தயாராக இருக்கிறேன் பா. என் குழந்தைகளையும் சனி

ஞாயிறு நாட்களில் வேத பாட சாலைக்கு அனுப்பணும் ஏற்பாடு செய்யுங்கோ அப்பா என்று சொன்ன அவன் கணீர் குரலில் பூஜை ரூமில் உட்கார்ந்து ருத்ரம் சொல்ல ஆரம்பிக்க தன்னுடைய அப்பா அய்யாவு அய்யரே வைரக் கடுக்கன் காதுகளில் டால் அடிக்க ருத்ரம் சொல்வது போல் இருந்தது பஞ்சாபகேச ஐயருக்கு.

அம்மா நைவேத்யத்துக்கு சர்க்கரை பொங்கலுக்கு முந்திரி தாளிக்கணும் இல்லையா நான் போய் பண்றேன் என்று மடிசார் ல உள்ளே போகும் நாட்டு பெண் லதாவையும் பூஜை ரூமில் உட்கார்ந்து கணீர் குரலில் ருத்ரம் சொல்லும் பையனையும் பார்த்த பஞ்சாபகேச ஐயர் போட்டோல இருக்கிற அப்பாவை பார்க்க,

“நான்தான் சொன்னேன் இல்லையா அவனா ஒருநாள் திரும்பி அய்யாவு அய்யரா வந்துடுவான்னு, பார்த்தாயா என் பேரன் அய்யாவு அய்யரை” என்று கேட்பது போல் இருந்தது.

அறுபதில் மண வாழ்க்கை

பாஸ்கர் வெளியிலிருந்து சாமான்கள் எல்லாம் வாங்கி திரும்பி கொண்டு இருந்தான். வீட்டு வாசலில் மாலா யாரிடமோ போனில் கோபமாக பேசிக் கொண்டு இருந்தது தெரிந்தது. வாசலில் இருந்து கிச்சனைப் பார்த்தவன் அம்மாவிடம் சைகையில் என்ன என்று கேட்க அம்மா "நான் இல்லை.." என்று சைகையில் சொன்னாள். "அப்பாடா.." என்று இருந்தது பாஸ்கருக்கு. மாமியார் மருமகள் பிரச்சினை இல்லை. வேறு என்னவாக இருக்குமென்று யோசித்த அவன் வாங்கி வந்த பொருட்களை சானிடைசரால் சுத்தப்படுத்தி அதனுடைய இடத்தில் வைக்கவும் மாலா உள்ளே வந்து மொபைலை சோஃபா மேல் விட்டு எறியவும் சரியாக இருந்தது.

புருவத்தை உயர்த்தி பார்த்த அவனை... "ஏன் வாயைத் திறந்து என்னன்னு கேட்க மாட்டீங்களா..?"ன்னு சாடினாள்.

“எதாவது முக்கியமா இருந்தா நீயே சொல்லுவாயே அதான் வெயிட்டிங்..” என்றான். அவள் கண் கிச்சனுக்குத் தாவியது.

“ஓ அம்மா இருக்கா அதனால சொல்ல யோசிக்கிறாள் போல..” என்று நினைத்து அவன் கார் சாவி எடுத்து வெளிலே போனான் காரை காரேஜ் ல நிறுத்திட்டு உள்ள வந்து சாவி ஐ கீ ஹோல்டர்ல மாட்டிட்டு “அம்மா நீ போய் படுத்துக்கோ போம்மா. ஸ்ரீநாத் தூங்கிண்டு இருக்கான்...” என்றதும் அம்மா அவனைப்பார்த்து சிரித்து கொண்டே நகர்ந்தாள். சிக்கிட்டான் தன் பையன் என்று நினைத்து அவள் சிரிப்பது புரிந்தது.

“சரி அம்மா போயிட்டா சொல்லு என்ன பிரச்சனை..?”

“எப்படி சொல்வது எனக்கு சொல்றதுக்கு வெக்கமா மட்டும் இல்லை கேவலமாகவும் இருக்கு” ன்னு சொல்ல

“அப்படி யாருட்ட பேசின..?”

“எங்க அம்மாவிடம்...” என்று சொல்ல அவன் நிமிர்ந்தான்.

“இதோ பார் வாய்க்கு வந்தது பேசாதே என்ன சொன்னாங்க. கரெக்டா சொல்லு..”

“உங்க அம்மா ஊருக்கு போகனும் அதனால எங்க அம்மா அப்பாவை வரச்சொல்லி ஃபோன் பண்ணினேன்..”

“சரி அதுக்கு நீ இந்த அளவுக்கு பீல் பண்ற மாதிரி என்ன சொன்னா அதை முதல்ல சொல்லு..”

“எங்க அம்மாக்கு எத்தனை வயசு தெரியுமா உங்களுக்கு..?”

“எஸ்... ஒரு 68 இருக்கும்..”

“அப்பாக்கு..?”

“74 இருக்கும்..”

“சரி விஷயத்துக்கு வா..”.

“எனக்கு அசிங்கமா இருக்கு சொல்லறதுக்கே. அம்மாவுக்கும் அப்பாவுக்கும் இனிமே கொஞ்சம் பிரைவசி வேணுமாம் பர்சனல் ஸ்பேஸ் வேணுமாம். பேரன் பேத்தியுடன் சந்தோஷமா இருக்கணும்னு என்று யோசிக்கிற இந்த வயசு காலத்தில பர்சனல் ஸ்பேஸ்ம் பிரைவசியும் வேணும்னு அவங்க சொல்லறதை உங்க கிட்ட சொல்லறதுக்கே எனக்கு வெக்கமாவும் அசிங்கமாவும் இருக்கு..”

"சரி விட்டுடு. நான் அடுத்த வாரம் உங்க அம்மாவிடம் பேசுறேன் அதுவரை அமைதியாக இரு..." என்று சொன்ன அவன் தன் மாமியார் மாமனார் பற்றி யோசிக்க ஆரம்பித்தான் அருமையான மனிதர்கள் என்னாச்சு அடுத்தவாரம் பேசும் வரை வெயிட் பண்ணலாம் என்று முடிவு செய்தான்.

அன்று சண்டே மாலாவை அழைத்த அவன். "இதோ பார் உங்க அம்மா அப்பாவுடன் பேசப் போறேன். நான் போனை ஸ்பீக்கர்ல போடறேன். ஆனால் ஒரு கண்டிஷன் போன் சுவிட்ச் ஆப் செய்யும் வரை நீ எதுவும் பேசக்கூடாது என்று சொல்லி விட்டு பாஸ்கர் மாலாவின் அம்மாவுக்கு கால் செய்தான்."

"ஹலோ.."

"ஹலோ மாப்பிள்ளை எப்டி இருக்கீங்க குழந்தை எப்படி இருக்கான் மாலா எப்படி இருக்கா... மாலா என் மேல் கோபமா இருக்காளா மாப்பிள்ளை?

"இல்லம்மா என்ன விஷயம் ஏன் அவளுக்கு கோபம்?.."

"இல்லை மாப்பிள்ளை என்னையும் அப்பாவையும் யுஎஸ்ஏ கிளம்பி வர சொன்னா நான்

இப்போ வரலன்னு சொல்லி காரணத்தை சொன்னேன் கோபத்துல போன் கட் பண்ணிட்டு போயிட்டா. நீங்க என் மாப்பிள்ளைங்கறதுக்கு மேலாக என் பிள்ளை மாதிரி.. அதுனால என் மனசுல உள்ளத உங்ககிட்டே சொல்லறேன் தப்பு இருந்தால் மன்னிச்சுடுங்க..”

“ஏன் பெரிய வார்த்தை எல்லாம் பேசுறீங்கம்மா. சொல்லுங்க..”

“நான் கல்யாணம் ஆகி வரும்போது எனக்கு வயசு 21. அப்பாவுக்கு இரண்டு தங்கைகள், மூளை வளர்ச்சி இல்லாத அவரைவிட இரண்டு வயசு சின்ன தம்பி. மாமியார் மாமனார், நானும் பாங்க்ல வேலை பார்த்து கொண்டு இருந்தேன், இரண்டு நாத்தனார் கல்யாணம் அவர்கள் இருவருக்கும் இரண்டு இரண்டு குழந்தைகள் பிரசவம். அதைவிட மூளை வளர்ச்சி இல்லாத மச்சினன் அவனுக்கு தேவையானது அனைத்தும் நான் தான் செய்ய வேண்டும் என்று பிடிவாதம் பிடிப்பவன். மாமியார் மாமனார இருவரும் வயசு ஆக ஆக அவர்களுக்கு எல்லாமே கையில் கொண்டு குடுக்க வேண்டும்.

இதற்கிடையில் எனக்கு இரண்டு பிரசவம் குழந்தைகள் வளர்ப்பு பெரியவள் மாலாவின் கல்யாணம் சின்னவளின் படிப்பு அவளின் கல்யாணம் மாலாவுக்கு பிரசவம் சின்னவளுக்கு

பிரசவம் மாமியார் மாமனார் மச்சினன் இறப்பு னு. அத்துடன் இந்த விஷயங்கள் எல்லாம் செய்து முடிப்பதில் ஏற்பட்ட பணப் பிரச்சினை வேற. என்னுடைய 47 வருட கல்யாண வாழ்க்கை போன ஆறு மாதம் முன்னால் வரை இப்படிதான் நடந்து முடிந்தது. எனக்கு என்ன பிடிக்கும் என்பதை அவரோ அவருக்கு என்ன பிடிக்கும் என்பதை நானும் அவரும் யோசிக்காமல் குடும்பத்தில் எல்லோருக்கும் பிடித்ததை எங்களுக்கு பிடித்ததாக ஏற்றுக் கொண்டு இத்தனை நாள் வாழ்ந்து இருக்கிறோம் நானும் என் கணவருக்கு என்ன பிடிக்கும் என்ன விரும்பி சாப்பிடுவார் என்று எதுவுமே யோசிக்காமல் மற்ற எல்லாரையும் நினைத்து தான் செய்வேன். உங்களுக்காக யுஎஸ்ஏ வந்து திரும்பிய இந்த ஆறு மாதங்கள் தான் நாங்கள் நிறைய யோசிக்க ஆரம்பித்தோம்

இப்போது பணம் என்பது எங்களுக்கு பிரச்சினை இல்லை இருவரின் பென்ஷன் இருப்பதால் தேவைக்கு அதிகமாகவே இருக்கு. இந்த ஆறு மாதத்தில் தான் நாங்கள் தனிக்குடித்தனம் ஆக இருக்கோம். காலையில் எழுந்திருக்கும் அப்பா பால் வாங்கி வந்தால் நான் அவருக்கு பிடித்த மாதிரி காப்பி போட்டு அருகில் இருந்து ஆத்தி குடுப்பேன். நான் வீடு பெருக்கினால் அப்பா துடைப்பார். நான் சமைக்க

அவர் காய் நறுக்கி குடுப்பார். மதியம் லஞ்ச் சுட சுட இரண்டு பேரும் சேர்ந்து உட்கார்ந்து பழைய கதையெல்லாம் ரசித்து பேசி சாப்பிடுவது வழக்கமானது. ஈவினிங் கோவிலுக்கு போய் சாமி கும்பிட்டு பிரசாதம் வாங்கி சாப்பிட்டு கோவில் பிரகாரத்தில் உட்கார்ந்து பேசி முடித்து ஆத்துக்கு வரும்போது 8 மணி ஆகிவிடும். இரவில் ஒருவர் கையை ஒருவர் பிடித்துக் கொண்டு தூங்கறோம். ஏன்னா பயம் நாளை விடியலில் யார் இருப்போம் என்ற உத்தரவாதம் இல்லாத வாழ்க்கை. இனி எத்தனை வருசம் இருவரும் சேர்ந்து வாழ விட போறார் அந்த கடவுள் என்று தெரியவில்லை. அதில் ஒரு நாள் கூட இந்த சந்தோஷங்களை மிஸ் பண்ணிவிடக் கூடாது என்று நினைக்கிறேன்.

இருபதுகளில் நாங்கள் வாழ்ந்திருக்க வேண்டிய இந்த ஆத்மார்த்த வாழ்க்கையைத்தான் நான் அவளிடம் பிரைவசி, பர்சனல் ஸ்பெஸ் என்று சொன்னேன். அவள் அதை வேறு விதமாக அவள் வயசுக்கேற்ப கற்பனை செய்து கொண்டாள். சத்தியமாக மாப்பிள்ளை இப்பதான் நாங்கள் ஒருவருக்கு ஒருவர் புரிந்து வாழும் வாழ்க்கையே வாழ ஆரம்பித்து இருக்கிறோம். ஒருத்தரை ஒருத்தர் புரிந்து கொண்டு சந்தோஷமாக இருக்கோம். இது தப்பா மாப்பிள்ளை..

"அய்யோ நிச்சயமா தப்பு இல்லேம்மா. உங்கள் இருவருக்கும் இனிய திருமணவாழ்க்கை வாழ்த்துகள்மா.."

"மாப்பிள்ளை போன் வச்சிடாதீங்க. உங்களுக்கு எப்போ நாங்கள் இல்லாமல் சமாளிக்க முடியாது என்றால் கண்டிப்பாக சொல்லுங்கள் நிச்சயமாக கிளம்பி வருகிறோம்.." என்று சொல்லவும் "அம்மா எதைப் பற்றியும் கவலைப்படாதீங்க உங்க பொண்ணு கிட்ட பேசி நான் புரிய வைக்கிறேன் பை மா.." என்று சொல்லி போனை வைத்தான் பாஸ்கர்

மாலாவின் கண்களில் இருந்து கண்ணீர் வழிந்தது.

"நான் தப்பு பண்ணி விட்டேன் கல்யாணம் பண்ணி 6 வருஷம் குழந்தை வேண்டாம் என்று இருந்தோம். நீங்கள் இந்த 6 வருஷத்தில் எத்தனை நாடுகளுக்கு என்னை அழைச்சுட்டுப் போனீங்க. எத்தனை சந்தோஷமாக இருந்தோம் பாவம் அம்மா அப்பா அவர்கள் என் திருமணத்துக்கு முன் எங்குமே போனது இல்லை. அம்மா அவளுக்காக எதுவுமே செய்து கொள்ள வில்லை. எங்களிடமும் எதுவும் எதிர்பார்த்தது இல்லை அவளிடம் தாய்மை மட்டுமே எதிர்பார்த்த நான் அவளுக்குள் ஒரு பெண்மை இத்தனை வருடமாக ஏக்கத்தில்

இருந்ததை புரிந்து கொள்ள வில்லை. கணவன் மனைவி பிரைவசி பர்சனல் ஸ்பேஸ் எல்லாவற்றையும் மூன்றாம் தரமாக கற்பனை செய்த என்னை என்னாலேயே மன்னிக்க முடியல ப்ளீஸ் அம்மாக்கு போன் பண்ணுங்க..” என்றாள்.

போன் எடுத்த அவள் அம்மாவிடம் “அம்மா என்னை மன்னிச்சுடுங்க. நான் உங்கள் மனதை காயப் படுத்தி விட்டேன். ரொம்ப சாரி அம்மா நீயும் அப்பாவும் சந்தோஷமாக இருக்கணும் ஆனா உனக்கு எப்பவாவது உங்க வாழ்க்கைல போர் அடிச்சதுன்னா ஒரு போன் பண்ணுங்க டிக்கெட் அனுப்பி விடறேன் இங்க வாங்க உங்க பேரனுடன் சந்தோஷமா இருங்க. உங்களுக்கு நோ மோர் டிஸ்டர்ப்ன்ஸ் ப்ரம் அவர் சைய்ட் . திருமண வாழ்கையில பிரைவசி, பர்சனல் ஸ்பேஸ்ங்கறதுக்கு உண்மையான அர்த்தத்தை புரிந்துகொண்டேன்.ஹாப்பி ஹாப்பி மேரிட் லைப் மா என்று போனை வைத்த அவள் ஏங்க உங்க அம்மாக்கு டிக்கெட் எடுங்க மாமாவை விட்டு ஐந்து மாசமா அவங்களை பிரிச்சு இங்க வச்சு இருக்கோம்..” எனவும் மாமியார் ஒடி வந்து அவள் கை பிடித்து” தாங்க்ஸ்..” சொன்னாள்.

மாமியார் கண்களிலும் அந்த ஏக்கத்தை பார்த்தாள். இனி தங்கள் சுயநலத்துக்காக

பெரியவர்கள் யாரையும் பிரிப்பதும் இல்லை அவர்கள் தனிமைக்கு இடைஞ்சல் குடுக்கப் போவதில்லை என்று முடிவு செய்து கொண்டாள்.

இரண்டாம் திருமணம்

வாசு டெய்லி ஷீட் காலண்டர் தாளைக் கிழிக்கும் போது தேதியைப் பார்த்தவன் மனசு ஒருமுறை ஒங்கித்தான் வலித்தது. அவனுக்கு புவனாவுடன் ஆன திருமணம் ரத்தாகி இன்றுடன் ஐந்து வருடங்கள் ஆகிறது.. மிக நீண்ட காலம் இது... இந்த ஐந்து வருடத்தில் அம்மா அப்பா இருவரும் இறைவனடி சேர்ந்தார்கள். ஓரே பையன் ஆன வாசுவின் வாழ்வும் தனியே ஓடிக் கொண்டு இருக்கிறது. அம்மா அப்பா இருக்கும் வரை அவனை இரண்டாவது திருமணத்துக்கு கட்டாயப் படுத்திக் கொண்டு இருந்தார்கள்.

அவர்கள் பார்த்த எந்த பெண்ணும் மனதில் ஒட்டவே இல்லை அந்த போட்டோக்களை பார்க்கும் போது புவனாவின் நினைவு நெஞ்சை உளி கொண்டு அறுக்கும். அதனால் அப்பா அம்மாவிடம் திருமணப்பேச்சு இனி வேண்டாமே என்றான். இதே நாள் ஐந்து வருடத்துக்கு முன்பு கோர்ட்வாசலில் இருவரும் விடை பெற்ற போது புவனா தன் கண்ணீரை சுண்டு விரலால் தட்டி விட்டு தான் இவனிடம் விடை பெற்றாள். அவளுக்கும் வலி அவனுக்கும் வலி அப்புறம் எதற்கு

இந்த விவகாரத்து. யோசித்த அவன் திருமணத்துக்கு முன் இருந்த வாசுவின் நினைவில் ஆழ்ந்தான்.

வாசுவுக்கு திருமணத்திற்கு பெண் பார்த்த அம்மா புவனாவின் ஜாதகம் வந்தவுடன் அவனிடம் ஒருலட்சம் சம்பளம் அருமையான பெண் ஒரு அண்ணன் சின்ன அழகான குடும்பம் என்று சொல்லி பெண் பார்க்க கூட்டி போனாள். புவனாவைப் பார்த்த வுடன் வாசுவுக்கு பிடித்து போனது.நான்கு மாத இடைவெளியில் திருமணம். அந்த நாலு மாதங்கள் அவனுக்கு வசந்த காலமாகத்தான் இருந்தது. இரண்டு பேருக்கு இடையில் மிஸ்அண்டர்ஸ்டாண்டிங் வருவதற்கான எந்த சாத்திய கூறும் அவனுக்குத் தெரியவில்லை. புவனா வீட்டில் அருமையாக திருமணம் செய்து தந்தனர். திருமண வரவேற்பை ஊரே புகழ்ந்து தள்ளியது.

வீட்டிற்கு வந்த புவனாவும் வாசுவிடம் மிகவும் இணக்கமாகத்தான் இருந்தாள். மறுநாள் அவள் வீட்டில் விருந்து என்று மாமனார் போன்ல கூப்பிட வாசுவும் புவனாவும் கிளம்பினார்கள்.. பேண்ட் ஷர்ட் போட்டு கிளம்பிய அவனை கூப்பிட்ட புவனா கண்ணாடி முன் நிக்க வைத்தாள்.

"இதோ பாருங்கள் என் அண்ணா ஷர்ட் இன் பண்ணுவதை பார்த்து இருக்கீங்களா..." என்று கேட்ட அவள் பேண்டை லூஸ் பண்ணி ஷர்ட் இன் பண்ணினாள்.. உண்மையிலேயே அழகாகத்தான் இருந்தது. அவன் தலை முடியை கலைத்து ஸ்டைல் மாற்றி "இதுதான் உங்களுக்கு அழகா இருக்கு.." என்றாள்.. கல்யாணம் ஆகி மூன்றாவது நாள் என்பதால் கோபம் வந்த மனதை அவன் அறிவு கொஞ்சம் தட்டி கொடுத்து அமைதியாக இருக்க செய்தது. அங்கு விருந்திலேயும்,..." பாருங்கள் எங்க அண்ணா அண்ணிக்காக என்னல்லாம் உதவி பண்றார் பாருங்க. ."என்று அண்ணன் புராணம். அவனுக்கு சலிப்புத் தட்டியது. ஆனாலும் உதட்டில் சிரிப்பை நிறுத்தி சலிப்பை மறைத்தான். இது போல நிறைய விஷயங்களிலும் அண்ணாவுடன் ஒப்பீடு.

அவள் அண்ணன் தான் அவளுக்கு சூப்பர் ஹீரோ ஆக இருந்தான்.

திருமணம் கழித்து மூன்று மாதம் ஆன நிலையில் "நாளை எங்கள் ஆபீஸ்ல பேமிலி கெட் டுகெதர் டே.." என்றவள் மறுநாள் காலையில் இருந்தே அவனுக்கு சாண்டல் கலர் பேண்ட் மெரூன் கலர் ஷர்ட் அதே கலர் காம்பினேஷன் ல அவளுக்கு புடவை எல்லாம் எடுத்து வைத்தாள்.

அம்மா வேறு அன்று அவர்கள் உறவுல கல்யாணம் போகணும் என்று சொல்ல புவனா ஒரேடியாக மறுத்தாள்.

"இது நான் மேரேஜ் ஆன அப்புறம் எங்க கம்பெனியில நடக்கற ஃபர்ஸ்ட் பங்க்ஷன் அங்குதான் நாங்கள் போக வேண்டும்.." என்று சொல்ல அம்மா அவனிடம் பிழிந்து பிழிந்து அழுதாள். அவன் நிலைமை இரு தலைக் கொள்ளி எறும்பாக இருந்தது. கடைசியில் புவனாவுடன் போவதாக முடிவு ஆகியது ஷர்ட் இன் பண்ணி கண்ணாடி முன் நின்றவனிடம் புவனா "உங்களிடம் எத்தனை தடவை சொன்னாலும் என் அண்ணா போல பேண்ட் ஷர்ட் இன் பண்ணி போடுற தேயில்லை.." என்று சொல்லி முடிக்கும் முன்பே வாசுவுக்கு வந்த கோபத்துக்கு அளவில்லை. அம்மாவின் அழுகை வேறு அதை அதிகப் படுத்தியது. "ஆமாண்டி ஆமா உங்க அண்ணன்தான் எல்லாம் தெரிந்தவன் நாங்கல்லாம் உனக்கு வெறும் சும்பன் தான்.." என்ற அவன் பேண்ட் ஷர்ட்டை கழற்றி எறிந்து லுங்கி டி ஷர்ட் ல போன் ஐ சுவிட்ச் ஆஃப் பண்ணி கையில் எடுத்துக் கொண்டு வெளியே சென்றான்.

அவனுடைய இந்த கோபத்தை முதன் முதலாக பார்த்த புவனா மனம்

கலங்கியது. கண்களில் நிறைந்த கண்ணீரைத் துடைத்த அவள் தான் மட்டும் ஹாண்ட் பாக் எடுத்துக் கொண்டு வெளியேறினாள். அவள் வெளியேறியதை தள்ளி நின்று பார்த்துக் கொண்டு இருந்த வாசு வீட்டுக்குள் வந்து படுக்கையில் விழுந்தான். மனம் அவனை ஆயிரம் கேள்விகள் கேட்டது. எவ்வளவு ஆசையுடன் கூப்பிட்டாள் பாவம் என்று தோன்றியது ஆனாலும் அவள் அண்ணனுடன் தன்னை ஒப்பிட்டு பார்த்து பேசுவது அவனுக்கு பிடிக்கவில்லை ஒரு வகையில் பொறாமையாக கூட இருந்தது.

மறுநாள் காலை அவளிடம் சாரி கேட்டு விடவேண்டும் என்று எண்ணியவன் தூங்கி போனான். மறுநாள் அவளைப் பார்த்தவுடன் அவனின் மனம் என்னும் வேதாளம் மீண்டும் முருங்கை மரம் ஏறியது. அவளே இறங்கி வந்து அவனிடம் பேசினாள். நேற்றைய பிரச்சினையை பற்றி அவள் பேசவே இல்லை அதனால் அவனும் அப்படியே விட்டு விட்டான்.

ஐந்து மாதங்கள் பிரச்சினையே இல்லாமல் ஓடியது. புவனா அவனிடம் எதற்காக முப்பத்தி ஐந்தாயிரம் ரூபாய் வாடகை குடுக்க வேண்டும் நாமே வீடு வாங்கலாம் என சொல்ல வாசுவுக்கு அது நல்ல ஐடியாவாகப் பட்டது எழுபத்தி ஐந்து

லட்சத்தில் வீடு பார்த்தவர்கள் ஐந்து லட்சம் அட்வான்ஸ் குடுக்க வேண்டும் என சொல்ல வாசுவின் அக்கவுண்ட் இருப்பு வெறும் எண்பதாயிரம் என்றான் புவனா வாசுவிடம் "என்னங்க மாசத்துக்கு ஒரு லட்சம் சம்பளம் வாங்குறீங்க ஐந்து வருஷம் வேலைக்கு போய் முடிஞ்சாச்சு அட்லீஸ்ட் ஒரு ஐந்து லட்சம் இல்லையா.." என கேட்க அவன் நான் இருபதாயிரம் ரூபாய் எனக்கு வைத்துக் கொண்டு மிச்சத்தை அம்மாவிடம் கொடுத்து விடுவேன் என்றான். மாமியாரிடம் புவனா பணம் கேட்க என்னிடம் ஏது பணம் என்று கை விரித்தாள். அத்தனை பணமும் மாமியாரின் தங்கை தம்பி அண்ணன் குடும்பத்திற்கு செலவழித்து இருக்கிறாள், அதனாலதான் சொந்தங்கள் எல்லாம் இந்த வீட்டையே சுற்றி இருக்கிறார்கள் என்று புவனா புரிந்து கொண்டாள்.

அவனிடம் "பாருங்கள் என் அண்ணா வீடு வாங்க டௌன் பெமென்ட் க்கு என் அப்பா பதினைந்து லட்சம் குடுத்து இருக்கிறார். அவன் சம்பாதித்த பணத்தை பத்திர படுத்தி அவனின் தேவைக்கு குடுத்து இருக்கிறார். இதற்கு பேர் தான் குடும்பம்.." என சொல்ல அப்படியே அவன் அதற்கு பதில் சொல்ல பேச்சு தடிக்க "உங்க அண்ணாவும் அப்பாவும் தான் உசத்தின்னா

இன்னும் எதற்கு இங்க இருக்க பெட்டி எடுத்து கிளம்பு ஆனால் இன்று நீ போனால் இங்கு இனி வரப் போவதில்லை என்பதை மனதில் வைத்து கொண்டு கிளம்பு.." என்றான். இவன் ஒரு வேகத்தில் சொல்ல அன்று பெட்டியுடன் வெளியேறிய அவள் நிரந்தரமாக அவனிடமிருந்து பிரிந்து விவாகரத்து கேட்க இரண்டு பேரும் பிரிந்தனர். அதன் பிறகு அம்மா அப்பா இறந்த இந்த ஐந்து வருடத்தில் அவன் சேவிங்ஸ் மட்டும் எட்டு லட்சத்தை தாண்டியது புவனா கேட்டதில் எந்த தப்பும் இல்லை என்று புரிந்து கொண்டான்.. எப்போதுமே ஒருவர் இல்லாமல் இருக்கும் போது தான் அவர்கள் உடைய அருமை புரியும். இப்போது அவனுக்கு புவனாவின் அருமை புரிந்தது தனது ஈகோ கோபம் இதனால் தான் இழந்தது தன் வாழ்க்கையை என்று உணர்ந்த போது மனம் வலித்தது.

அன்று அவன் மும்பைக்கு கிளம்பி வந்து இருந்தான் ஐடி நிறுவனங்களின் பதவிகளில் உள்ளவர்களின் ஆலோசனைக் கூட்டம்.. பத்து கம்பெனியின் பெரிய போஸ்ட் ல உள்ளவர்கள் சந்தித்து செய்து சில முக்கியமான முடிவுகள் எடுக்க வேண்டும். மும்பை கான்பரென்ஸ் ஹாலில் எல்லோரும் செல்ப் இண்ட்ரோ தந்து கொண்டு இருக்க இவன் மட்டும் லேப்டாப்பில் என்னவோ

பார்த்து கொண்டு இருந்தான். திடீரென்று “ புவனா ஃபிரம் ஐசால்வ் சொல்யூஷன்” என்ற குரல் கேட்டதும் அவன் தன்னையும் அறியாமல் நிமிர்ந்தான். அதே புவனா அப்போது கட்டுவது போல காட்டன் புடவை கட்டி மெஜஸ்டிக் ஆக இருந்தாள். மற்றபடி எந்த மாற்றமும் இல்லை..

பேசி முடித்தவள் அவன் அருகில் வந்து உட்கார அவன் தலை குனிந்தான்

“வாசு, மே பி, நான் உங்கள் முன்னாள் மனைவியாக இருக்கலாம் ஆனால் என்றுமே நல்ல தோழிதான் நிமிர்ந்து என்னை பார்த்து பேசலாம்” என்றதும் நிமிர்ந்தான். வாசுவுக்கு அன்றைய கன்பிரன்ஸ் புவனாவின் அருகாமையில் கலவையான உணர்வுடன் உடன் கழிந்தது. மீட்டிங் முடிந்தவுடன் அவள் கேட்ட முதல் கேள்வி

“வாசு எத்தனை குழந்தைங்க?..”

நிமிர்ந்து பார்த்த அவன் “என் திருமண வாழ்க்கை எப்போதோ முடிந்தது..” என்றான். பதிலுக்கு அவளை அவன் எந்த கேள்வியும் கேட்கவில்லை. பயம் எங்கேயாவது திருமணம் ஆகிவிட்டது என்று சொல்லி விட்டால் அவன் மனது தாங்க வேண்டுமே அதனால் எதுவும் கேட்காமல் விட்டான்.

வாசு நாளை மதியம் தானே கான்பரன்ஸ் எனக்கு கொஞ்சம் ஷாப்பிங் போக வேண்டும் கூட வர முடியுமா என கேட்க அவன் உடனேயே ஓகே சொன்னான். மறுநாள் காலை துணிக் கடையில் நுழைந்த அவள் ஒரு புடவையை எடுத்து தோளில் வைத்து நல்லா இருக்கா வாசு எனக் கேட்டாள். அவன் தலை மட்டும் ஆட்டினான்.. 42 சைஸ்ல ஷர்ட் எடுத்தாள் அவன் புரிந்து கொண்டான். அவள் கணவனுக்காக த்தான் இருக்கும் என்று இடையிடையே யாருக்கோ போனில் இன்ஸ்ட்ரக்ஷன் குடுத்து கொண்டு இருந்தாள். அவன் அதைக் கவனித்துக் கொள்ள வில்லை ஷாப்பிங் முடிந்து சிறிது நேரம் அங்கேயே படியில் அமர்ந்து பேசிக் கொண்டு இருந்தனர்.

கேஷ்வல் ஆக பேசி முடித்து இருவரும் கான்பரன்ஸ் ஹால் நுழைய ஹாலில் கேக் பலூன் என்று அமர்க்களமாக இருக்க அதை பார்த்துக் கொண்டு இருந்த அவனிடம் கையில் கத்தியை குடுத்து கேக்கை கட் பண்ண சொன்னாள் புவனா. எல்லோரும் ஹாப்பி பர்த்டே என்று பாட வாசுவுக்கு தன் பிறந்த நாளே அப்போது தான் நினைவு வந்தது. அவள் அந்த ஷர்ட் ஐ அவனுக்கு ப்ரெசென்ட் பண்ண எனக்காகத்தான் வாங்கினயா என்று மனம் ஆட்டம் போட்டது. பிரிந்த இந்த 5 வருடத்துக்கு அப்புறமும் அவள் தன் பிறந்த நாளை

நினைவு வைத்துக் கொண்டு இருப்பது அவன் கண்களில் கொஞ்சம் பளபளப்பை உண்டு பண்ணியது. யாரும் அறியாமல் கண்ணை துடைத்தான்.

புவனா நாளை எந்த ஃப்ளைட் என கேட்க இவன் சொல்ல இருவரும் ஒரே ஃப்ளைட். போர்டிங் பாஸ் இருவரும் எடுத்து இருந்ததால் சீட் பார்க்க இருவருக்கும் பக்கத்து பக்கதுல சீட். காலை சேர்ந்து போய் விடலாம் என்று சொல்லி அவர் அவர் ரூம் போனார்கள்.

மறுநாள் காலை அவளிடம் "சென்னைல எங்கே.." என கேட்க அவள் "நம் விவாகரத்து ஆனவுடன் பக்கத்தில் இருக்கும் என் உறவுகளுக்கு பதில் சொல்ல முடியாமல் என் அப்பா வில்லிவாக்கம் ஷிஃப்ட் செய்தார் நானும் வேலை பார்த்த கம்பெனி ரிசைன் பண்ணிட்டு வேறு கம்பெனி ல ஜாயின் பண்ணினேன்.." என்று சொல்லி முடிக்கவும் போர்டிங் ஸ்டார்ட் ஆகவும் சரியாக இருந்தது.

சீட்ல உட்கார்ந்த அவள் சாப்பாடு ஆர்டர் பண்ண அவனுக்குப் பிடிக்காத பூரி கிழங்கை நினைவாக அவாய்ட் செய்தாள். பார்த்து கொண்டு இருந்த அவனுக்கு எவ்வளவு நினைவு வைத்து கொண்டு இருக்கிறாள் என தோன்றியது பேசிக்

கொண்டு இருந்த இருவரும் களைப்பில் தூங்கிப் போயினர்.. லேண்ட் ஆவதற்கு இருபது நிமிஷம் முன் முழித்த அவன், தன் தோளில் சாய்ந்து தூங்கிக் கொண்டு இருக்கும் அவளைப் பார்த்தான். அவன் தோளும் சுகமான சுமையை சுமப்பதை உணர்ந்தது போலும் சிறிது கூட அசைந்து குடுக்காமல் அவள் தூக்கம் கலையாமல் பார்த்துக் கொண்டது

லேண்டிங் ஆகப் போகிறது என்றவுடன் முழித்த அவள் போன் யூஸ் பண்ணலாம் என்றவுடன் இரண்டு மூன்று கால் பண்ணினாள். அவனிடம் “ஜஸ்ட் பார் சேன்ஜ் என்னுடன் என் வீட்டிற்கு வாங்களேன்..” என சொல்ல இதற்கே ஆசைப் பட்டது போல் “சரி..” என்றான்.

வீடு நெருங்க ஒரே கூட்டமாக இருப்பது போல் தெரிந்தது லேடீஸ் எல்லாம் பட்டு புடவையில் அங்கும் இங்குமாக நடந்து கொண்டு இருந்தார்கள் காரை விட்டு இறங்கியவுடன் அவளுடைய அப்பாவும் அண்ணனும் வந்து வரவேற்றார்கள். உள்ளே வந்தவனிடம் “நீங்கள் போய் பிரெஷ் ஆகி வாருங்கள்” என சொன்னார் புவனாவின் அப்பா.

பிரெஷ் ஆகி வந்தவனிடம் புவனாவின் அப்பாவும் அண்ணனும் “மாப்பிள்ளை எங்களை

மன்னித்து விடுங்க. நாங்கள் உங்களிடம் வந்து பேசி இருந்தால் இந்த விவாகரத்தை தடுத்து இருக்கலாம். நாங்களும் வீட்டு பெரியவர்களாக நடந்து இருவரையும் கூப்பிட்டு இதை சரி செய்யாமல் எங்கள் வீட்டு பெண் எதில் தாழ்த்தி அவளுக்கு இன்னொரு திருமணம் நடத்தி காட்டுகிறேன் பார் என்ற ஈகோவில் இருந்தோம். நாங்கள் எப்படியும் அவளுக்கு வேறு திருமணம் செய்து விடலாம் என்று நினைத்தோம். ஆனால் அவள் வேறு யாரையுமே திருமணம் செய்ய ஒத்துக் கொள்ள வில்லை அப்போது தான் எங்களுக்கு புரிந்தது உங்களுடன் வாழ்ந்த வாழ்க்கையை அவளால் மறக்க முடியவில்லை என்று. கடவுளாகத்தான் உங்கள் இருவரையும் கான்பரன்ஸ்ல சந்திக்க வைத்து இருக்கிறார். உங்களுக்கு மறுமணம் ஆகவில்லை. உங்கள் திருமண வாழ்க்கை எப்போதோ முடிந்து விட்டது என்று சொன்னதாக சொன்னாள். உங்கள் மனமும் அவள் மனம் போல வேறு திருமணத்துக்கு உடன்படவில்லை என்று தெரிந்தது.

அதனால்தான் தைரியமாக இந்த ஏற்பாட்டை எல்லாம் செய்து உங்களை இங்கு கூட்டி வர சொன்னேன் இன்றும் நல்ல முகூர்த்த நாள் தான் என் பெண்ணிற்கு வாழ்வு குடுப்பீர்களா? சம்மதம்

என்றால் இந்த பட்டு ஷர்ட்டும் வேஷ்டியும் அணிந்து வாருங்கள் என்று சொல்ல,

"மாமா என்னை மன்னித்து விடுங்கள் நான் என் ஈகோவாலும் கோபத்தினாலும் அருமையான துணையை இழந்தேன் என் தவறை நான் லேட் ஆக தான் உணர்ந்தேன். உங்களை தேடி வந்தால் நீங்கள் வீடு காலி செய்ததாகவும் நீங்கள் எங்கே போனீர்கள் என்று யாருக்கும் தெரியாது என்று அக்கம் பக்கத்தில் சொல்லி விட்டார்கள். விவாகரத்து என்று யோசிக்கும் எல்லோரும் கொஞ்சம் டைம் எடுத்து தன்னைத் தானே செல்ப் அனாலிசஸ் செய்து கொண்டால் நிச்சயம் அதை தவிர்க்கலாம் என்று புரிந்து கொண்டேன்.." என்று சொல்லி உள்ளே சென்ற அவன் பட்டு வேஷ்டி ஷர்ட் உடன் வெளியே வர பட்டு புடவையில் பதுமை போல நின்ற புவனாவை பார்த்தான்.

அங்கு சாமி படத்தின் கீழ் வெற்றிலை பாக்கு பழங்கள் தாலி இருந்தது அய்யர் ஒருவரும் இருந்தார். தன் வாயால் சொல்லும் பதில் அவர்களுக்கு திருப்தி அளிக்காது என்று உணர்ந்த அவன் புவனா அருகில் சென்று அவளை தோளுடன் சேர்த்து அணைத்தான். எப்படி நாம் இருவரும் ஐந்து வருடம் பிரிந்து இருந்தோம் என்று இருவரும் ஒரே நேரத்தில் நினைத்தனர்.

இனி ஒரு முறை இவளை இழக்க நான் தயாரில்லை என்று சொல்லி அவளுடன் சேர்ந்து அமர அவளும் அதே எண்ணத்துடன் அவனுடன் அமர ஐயர் மந்திரம் சொல்ல உறவினர்கள் முன் இரண்டாவது முறையாக புவனா கழுத்தில் தாலியை கட்டினான் பக்கத்தில் இருந்த அவளிடம் இனி உன் அண்ணன் மாதிரியே ஷர்ட் இன் பண்ணிக் கொள்கிறேன் சரியா என கேட்க, புவனா அவனை "இனி நீங்கள் நீங்களாகவே இருங்கள் நோ கம்பாரீசன்.." என கண் சிமிட்ட சிரிப்பு அலைகள் ஹாலில் மிதந்தது.

இவனைப்போல் ஒரு கணவன்

அவள் அவனுடன் காலையிலே சண்டையை ஆரம்பித்து விட்டாள்.

“என்னங்க என்னால முடியவில்லை காலையில் எழுந்து போன வருடம் வரை உங்க அப்பா அம்மாக்கு எல்லாம் செஞ்சிட்டு நம்ம பையன் ராமை காலேஜ் க்கு அனுப்பி விட்டு நமக்கு டிஃபன் சாப்பாடு எல்லாம் கட்டி அவதி அவதி யாக பஸ் பிடிச்சு ஆபீஸ் சேர்ல விழரதுக்குள்ள என் உயிரே போகிறது. 22 வருடம் இதே வாழ்க்கை.. நான் வேலையை விட்டு விட போகிறேன்..” என்றாள் பிரேமா.

இது மாதத்திற்கு ஒரு நான்கு முறை அவள் போடும் அஸ்திரம் . வேணு, “ பிரேம் (அவள் கோபம் ஆக இருக்கும் போது சாந்த படுத்த அவனுடைய ஆயுதம்) இதோ பார் ராம் கேம்பஸ் இன்டர்வியுல செலக்ட் ஆகி இன்டன்ஷிப்புக்கு போயிருக்கான். இன்டன்ஷிப் முடிந்த உடன் இருபத்து ஐந்து ஆயிரம் சம்பளம் வரும் நீ உன்னுடைய வேலையை விட்டு விடலாம்..” என்றான்

அவனுக்கென்ன தெரியும் ஆபீஸ்ல எவ்வளவு வேலை அவனுக்கு தெரியவா போகிறது. வெறுப்புடன் ஆபீஸ் கிளம்பினாள். பஸ் ஏறி அப்பாடா என்று கிடைத்த சீட் ல உட்கார்ந்தாள். நினைவுக் குதிரை பின் நோக்கி ஓடத் ஆரம்பித்தது. அவள் அப்பா அம்மாவுக்கு ஒரே மகள்.

செல்லமான செல்லம். அம்மா காலேஜ் படிக்கும் வரை ஊட்டி விடுவாள். அப்பா காலேஜ் வாசல் வரை கொண்டுவந்து விட்டு, பின் கூட்டிக் கொண்டும் வருவார். ஒரு துரும்பு கூட நகர்த்த வேண்டாம் உட்கார்ந்த இடத்திலேயே எல்லாம் கிடைக்கும். இப்படி ரம்யமாக நகர்ந்த வாழ்க்கை காலேஜ் முடிச்சு எல்லா ஃபிரண்ட்ஸ்ம் வேலைக்கு அப்ளை பண்ணுகிறார்கள் என்று அப்ளிகேஷன் போட இவளுக்கு வேலை கிடைத்து இன்றுடன் 24 வருடம் ஆகிறது.

தஞ்சாவூர்ல தான் அவனை மீட் பண்ணினா. அவள் வேலை பார்க்கும் அலுவலகத்தில் ஜாயின் பண்ணினான் வேணு. இருவரும் ஆரம்பத்தில் நல்ல ஃபிரண்ட்ஸா இருந்தாங்க. அது அப்படியே டெவலப் ஆகி காதல் வரை சென்றது.

அப்பா அம்மாவிடம் சொன்னாள். அப்பா காதலுக்கு பெரிய எதிரி. அவருடைய அக்கா

காதலித்து ஓடிப்போய் திருமணம் செய்ததால் காதலின் மேல் அவருக்கு அப்படி ஒரு வெறுப்பு. எனவேஅப்பா தெளிவாக சொல்லி விட்டார். “இதோ பார் நாங்கள் பார்க்கும் பையன் தான் திருமணம் செய்து கொள்ள வேண்டும். இல்லை என்றால் எங்களுக்கும் உனக்கும் எந்த ஓட்டும் உறவும் கிடையாது” என்று.

வேணுவின் குடும்பத்தை பற்றி இப்போது சொல்லி ஆக வேண்டும். வேணு ஒரு பையன் அவனுக்கு முன்று அக்காக்கள். அவன் அப்பா ஏதோ சொற்ப வேலையில் இருந்து ஓய்வுபெற்றவர். வீடு ஒன்றுதான் அவன் தாத்தா அவர்களுக்கு வைத்த சொத்து. வேணு வேலை செய்து ததிங்கினத்தோம் போட்டு மூன்று அக்காக்களையும் கரை சேர்ந்தான். அப்போது அவனுக்கு வயது 31 இவளுக்கு 2 அப்பா, அம்மா மனசு மாறுமா என்று காத்திருந்தாள். ஆனால் மாறவில்லை கடைசியில் காதல் ஜெயிச்சது. வேணுவை கைப் பிடித்தாள் இன்றுடன் 22 வருடம் ஆகிறது. திருமணமான மறு வருடம் ராம் பிறந்தான்.. அப்பாவிற்கு தகவல் சொன்னாள். அப்பாவின் வைராக்கியம் கரைய வில்லை. ஊரை காலி செய்து கொண்டு போனார்கள். போன இடம் தெரியவில்லை. அம்மா அப்பாவின் அருமை, குழந்தை பிறந்து வளர்ந்த போது தெரிந்தது. ராம் எங்கேனும் காதல்

வலையில் விழுந்து விடக்கூடாதே என்று மனம் துடித்தது.

பஸ் நிறுத்தம் வந்தது.. கண்களை துடைத்துக் கொண்டாள். அப்பா எங்கே இருக்கீங்க அம்மா எங்கே இருக்கீங்க என்று மனது கதறியது. திருமணமான பெண்ணிற்கு பிறந்த வீடு சுகம் பற்றி ஃபிரண்ட்ஸ் எல்லோரும் பேசியபோது மனம் அதற்கு ஏங்கியது.காலம் தான் இதையெல்லாம் சரி செய்யணும் என்றவள் 22 வருடம் ஒரு காலம் இல்லையா என்று எண்ணினாள்.

ராம் இன்டன்ஷிப்புக்காக பெங்களூர்ல ஒரு கம்பெனிக்கு போய் இன்றுடன் மூன்று மாசம் முடியப் போகிறது. அதனால் வீடே வெறுமையாக இருந்தது. ராம் இருந்தால் இதை யெல்லாம் நினைத்து இருக்க மாட்டோம் என்று கூட தோன்றுகிறது.

இவள் ஆபீஸ்ல போய் அமர்ந்தாள் அப்போது பியூன் வந்து “மேடம் உங்களை பார்க்க ஒரு பெரியவர் வந்திருக்கிறார்..” என்றான்.யாராக இருக்கும் என்று யோசித்து கொண்டே கெஸ்ட் ரூம் வந்தாள். அப்பா பார்த்தவுடன் அப்படியே விக்கித்து நின்றாள் “பிரேமா..” என்று கூப்பிட்டார் அப்பா. “அப்பா அப்பா..” அதற்குமேல் அவள் வாயிலிருந்து வேறு வார்த்தை வரவில்லைஅப்பா

அவளிடம் "உட்காரம்மா கொஞ்சம் பேசணும்.." என்றார்.

"அப்பா இருங்கப்பா நான் லீவு சொல்லிட்டு வரேன்.." என்று வரும் போது கைப்பையுடன் உடன் வந்தாள் அப்பாவுடன்... அப்பாவும் அவளும் ஆசையுடன் அந்த நாட்களில் போன வுட்லண்டஸ் ஹோட்டலுக்குப் போனார்கள். அப்பா இவளுக்கு தெரியாமல் கண்ணை துடைத்துக் கொள்வது தெரிந்தது. இருவரும் எதிரும் புதிருமாக அமர்ந்தனர். அப்பா தொண்டையை செருமிக் கொண்டு பேச ஆரம்பித்தார். "எப்டிம்மா இருக்கே?.." பிரேமா கண்ணில் கண்ணீர் முட்டியது "ஏன்பா இப்படி செஞ்சீங்க? அம்மா எப்படி இருக்கா? நீங்க எப்டி இருக்கீங்க? இப்படி மெலிந்து இருக்கீங்களே உடம்புக்கு என்ன.." என்றாள்

"இரு இரு ஒவ்வொரு கேள்வியா கேளு நீ எப்டி இருக்க.." என்று கேட்டு கையில் இருந்த ஒரு போட்டோ ஆல்பத்தை அவள் கையில் கொடுத்தார். முதலில் அவளும் வேணுவும் இருந்த கல்யாண போட்டோ. கேள்வியா அப்பாவை நோக்க, பார் பார் என்றார். அடுத்து ராம் ஆறு மாத மாத குழந்தை போட்டோ, அடுத்து ராம் ஸ்கூல் சீருடையில.. அடுத்து அவன் ஸ்கூலில் பிரைஸ்

வாங்கின போட்டோ அடுத்து தீபாவளி போது அவர்கள் எடுத்த பேமிலி போட்டோ. அடுத்த போட்டோ பார்த்தவுடன் அவள் விக்கித்தாள். அதில் வேணு நடுவில் அம்மா அப்பா இருவர் தோளிலும் கை போட்டு கொண்டு பக்கத்தில் ராம். அதற்கு பிறகு எந்த போட்டோ வும் கண்ணுக்கு தெரியவில்லை கண்ணீர் அவள் கண்களை மறைத்தது.

"என்னப்பா எங்கே இருந்தீர்கள் எப்படி இந்த போட்டோவுல என் கணவர் குழந்தையுடன் மகிழ்ச்சியாக நிற்கிறீர்கள் நான் மட்டும் இல்லை எதற்கு இவ்வளவு பெரிய தண்டனை எனக்கு?.."

அதற்கு அவர் "நான் சொல்லப் போறதை அமைதியாக புரிதலுடன் கேட்க வேண்டும். உன் திருமணம் முடிந்து மூன்று மாசத்துல மாப்பிள்ளை என்னிடம் வந்தார் அவர் என்னிடம் மாமா பிரேமாவுக்கு என் மேல் இருந்த காதல் காணாமல் போய்விட்டது. இப்போதெல்லாம் நின்னா குற்றம் உட்கார்ந்தால் குற்றம் அத்துடன் என்னை உங்களுடன் கம்பேர் செய்கிறாள் அப்பா அம்மாவுக்கு டார்ச்சர்.. வயிற்றுப் பிள்ளைக்காரி சந்தோஷமா இருக்க வேண்டும் இங்கு கொண்டு விட வா.. என்றார். அப்போது தான் எனக்கு

புரிந்தது நீ மனத்தில் சுமந்த காதல் இப்போது நிஜ வாழ்க்கையை காண ஆரம்பித்து விட்டது என்று,

நான் மாப்பிள்ளையிடம் அந்த தப்பை மட்டும் செய்யாதீர்கள் அவள் உங்களுடன் இருக்கட்டும் நான் அவளை விட்டு விலகி விட்டால் அவளுக்கு என் மேல் வெறுப்பு வரும் உங்கள் மேல பாசம் வரும் போக்கிடம் வேறு இல்லாத போது பாதுகாப்புக்காவது அங்கு இருக்க தோன்றும். குழந்தை பிறந்து விட்டால் அதன் வளர்ப்பில் எல்லாம் மாறிவிடும் என்றேன். அப்போது மாப்பிள்ளை என்னிடம் ஒரு பிராமிஸ் வாங்கி கொண்டார் மாமா உங்கள் மகள் உங்களை பார்க்கத் தவிக்கிறாள் என்று உங்களுக்கு தெரியும்போது நீங்கள் திரும்பி வந்து விட வேண்டும் என்றார். உன்னுடைய தவிப்பை மாப்பிள்ளை என்னிடம் இப்போது தான் சொன்னார் உன் மாமனார் மாமியார் காலமானது எனக்கு தெரியும் எங்களை பெங்களூர்ல குடி அமர்த்தி மாப்பிள்ளை உடைய பிரண்டு மூலமாக எங்களை கவனித்து கொண்டது அவர்தான். ராம் இப்போது மூன்று மாத காலமாக எங்களுடன் தங்கி இருக்கிறான் இப்போது உன் மனதை விட்டு வேணுவை யாராலும் அசைக்க முடியாது.

திருமணமான பெண்களுக்கு கணவன் என்ற உறவுதான் நிரந்தரம். அம்மா அப்பா எல்லாம் அப்புறம்தான் அந்த கணவன் உன்னை ஒரே ஒரு முறை புரிந்து கொள்ளும்படி நீ நடந்து கொண்டால் அவன் ஜென்மத்திலும் உன்னை கை விட மாட்டான் சிறிய சிறிய சண்டை சச்சரவுகள் திருமணமான புதிதில் வருவது சகஜம். எப்படி அம்மா அப்பா உறவு என்பதை நிரந்தரமான உறவாக நீங்கள் நினைக்கிறீர்கள் அது போல் கணவன் என்ற உறவையும் நிரந்தரமான உறவு என்று நினைக்க வேண்டும். அவனுடைய குடும்பத்தாரையும் மதிக்க வேண்டும் நீ எப்பொழுது உன் மாமியார் மாமனாருக்கு சேவை செய்தாயோ அப்போது உன் கணவன் உன்னிடம் சரண்டர் ஆகி விட்டான். உன்னை பார்த்து உன் குழந்தையும் நாளை வரப் போகும் தன் மனைவியிடம் இதை தெளிவு படுத்துவான், வா இப்போது போகலாமா மாப்பிள்ளை நமக்காக வெளியில் வெயிட் பண்றார்.." என்றார்

எல்லா பெண்களுக்கும் இப்படி புரிதலுடன் கணவனும் இப்படி ஒரு பிறந்த வீடும் இருந்தால் இந்த காலத்தை போல் கருத்து வேறுபாடு, விவாகரத்து எல்லாம் இல்லாமல் திருமண வாழ்க்கை நன்றாக இருக்குமோ? முதல் முறையாக

வேணுவைப் பார்த்து கண்ணீருடன் கை எடுத்து கும்பிட்டாள் பிரேமா.

இன்றைய தாம்பத்தியம்

இன்றுடன் லக்ஷ்மி போய் 14 நாள் ஆகிறது நேற்றுடன் கிரேக்கியம் முடிந்து உறவுகள் எல்லாம் ஊருக்கு போயாச்சு. நாதனுக்கு காலை 5 மணிக்கு முழிப்பு வந்து விட்டது. இது அவருடைய 78 வருஷ பழக்கம் மெதுவாய் எழுந்திருந்து வாசல் கதவைத் திறந்து வெளி வாசல் வந்தார். பக்கத்து வீடுகளில் எல்லாம் பெருக்கி தெளிச்சு கொண்டு இருந்தார்கள். லக்ஷ்மி பக்கத்தில் நின்று ஏன்னா ஒரு வாளி தண்ணிர் சேந்தி தரேளா என்று கேட்கிற மாதிரியே இருந்தது. அவள் போடும் புள்ளி வைத்த கலர் கோலம் அவர் மனத்தில் வந்து மறைந்தது. துக்கம் குடலை புரட்டியது ஆண்கள் அழக் கூடாது என்று எல்லோரும் சொல்வார்கள் ஆனும் அழத்தான் செய்கிறான் வாழ்வில் இரண்டு முறை. ஒன்று தாயை இழக்கும் போது இன்னொரு முறை தாரத்தை இழக்கும் போது.

மணி 6 ஆயிடுத்து. பையன், நாட்டுப் பொண்ணு தூங்குகிறார்கள் போல. பெட் ரூம் கதவு இன்னும் திறந்த பாடில்லை... ஒரு நிமிடம் அவர் மனக்குதிரை பின் நோக்கியது

"லக்ஷ்மி 5.25 ஆச்சு இன்னும் காப்பி ரெடியாகலியா?.."

"இருங்கோன்னா சித்த வெயிட் பண்ணுங்கோ 5 நிமிஷம்.." என்று சொல்லி முடிக்கும் போதே ஆவி பறக்கும் காப்பி டம்பளர் உடன் ஆஜராகி விடுவாள்

மணி ஏழை தொட்டது வயிற்று பசி வாயின் எல்லை வரை வந்து நின்றது. அப்பாடா ஒரு வழியா பெட் ரூம் கதவு திறந்து பையனும் நாட்டுபெண்ணும் வெளியில் வர இன்னும் ஒரு 5 நிமிடத்தில் காப்பி வந்துடும்னு இவர் நினைக்க நாட்டுபெண் ஹிண்டு பேப்பர் கையில் எடுத்து படிக்க ஆரம்பித்தாள். ஒரு பத்து நிமிடத்தில் அவள் இடத்தை விட்டு எழுந்திருக்க அவர் காப்பி குடிக்க தயாரானார் அவருக்கு இந்த காலை காப்பி குடிப்பது என்பது அப்படி ஒரு சந்தோஷமான விஷயம். பொண்டாட்டி போனா அவ கூட பசி, விருப்பம், ருசி, எல்லாம் போய் விடுகிறதா என்ன? சற்று நேரத்தில் நாட்டுபெண் ஒரு கப்பில் பிரவுனும் இல்லாம காப்பி கலரும் இல்லாம ஒரு திரவத்தை கொண்டு வர "அம்மா எனக்கு காப்பி டவரா டம்பளர்ல குடிச்சு பழக்கம்.." என்று சொல்ல அதற்கு அவள் "இன்றிலிருந்து நம்

ஆத்துல நோ காப்பி டீ தான் மாமா..” என்று சொல்ல அவர் மனம் மிகவும் வலித்தது.

மணக்க மணக்க கும்பகோணம் டிகிரி காப்பியுடன் லக்ஷ்மி கண்ணெதிரே வந்து மறைந்தாள். பையன் அப்பா முகத்தைப் பார்த்தான்

எட்டு மணியானா லக்ஷ்மி டைனிங் டேபிள்ல டிஃபன் வச்சிடுவா ஒன்பது மணி ஆச்சு இன்னும் எதுவும் டேபிளுக்கு வரவில்லை. சிறிது நேரத்தில் நாட்டுப்பெண் வந்து. “மாமா இனிமே பிரேக்ஃபாஸ்ட், லஞ்ச் எல்லாம் தனி தனியா பண்ண போவதில்லை பிரன்ச் அதாவது ஒரு 11 30 மணிக்கு லஞ்ச் சாப்பிடலாம்..” என்றாள். 78 வருஷ பிரேக்ஃபாஸ்ட் பழக்கம் இரண்டாவது முறையாக மனது வலித்தது பையன் நிமிர்ந்து அப்பாவை பார்த்தான்.

இரவு டின்னர் லக்ஷ்மி இருக்கும் போது வித விதமா பண்ணுவாள் வேலைக்கு போகும் பையனும் நாட்டுபெண்ணும் இரவுதான் ரசிச்சு சாப்பிடுவார்கள் என்று, சரி ராத்திரிக்கு என்ன பண்றா பார்க்கலாம் என்று நினைக்க நாட்டுப்பெண் “ஏன்னா நீங்க கடை தெருவுக்கு போகும் போது அந்த நார்த் இந்தியன் கடையில 12 சப்பாத்தி வாங்கிக்குங்க, தால் தருவான் தொட்டு கொள்ள நைட் க்கு சாப்பிடலாம்..” எனவும் மகன்

மூன்றாவது முறையாக அப்பாவை நிமிர்ந்து பார்த்தான். அப்பாவின் கோபம் இயலாமை எல்லாம் புரிந்தது.

“அப்பா நான் கடைத் தெரு போறேன் நீங்க வரீங்களா..” எனவும் இவருக்கு பையன் தன்னுடன் ஏதோ பேச விரும்புவது தெரிந்தது இருவரும் கடை தெரு கிளம்பினார்.

கோவில் அருகே வந்ததும் “அப்பா இங்க உட்காருங்க உங்ககிட்ட பேசணும்..”

“சொல்லப்பா..”

“காலையிலிருந்து உங்கள் முகத்தை பார்க்கிறேன்.. அதில் உள்ள வலி எனக்கு புரிகிறது. அம்மா போய் பதினாலு நாளைக்குள் உங்கள் வாய்க்கு ருசியானதெல்லாம் அவளுடன் போய் விட்டது. அப்பா நீங்க அம்மாவை கல்யாணம் பண்ணி கூட்டி வரும்போது அம்மாக்கு பதினைந்து வயசு உங்களுக்கு இருபத்து ஒரு வயசு என்று சொல்லுவேள். திருமணத்திற்கு முன் ஒருவரை ஒருவர் பார்த்து கொண்டது கூட இல்லை. இருந்தும் உங்கள் இருவருக்கும் இடையே அருமையான புரிதல் இருந்தது. அதனால் அம்மா ஒவ்வொரு விஷயத்திலும் உங்களுக்கு ஏற்ப தன்னை மாற்றி கொண்டு விட்டாள். ஒவ்வொரு

நிமிடமும் உங்கள் முகம் பார்த்து உங்கள் தேவையை பூர்த்தி செய்தாள் அப்படி பண்ணின அம்மாவை கூட நீங்க நான் உன் கணவன் எப்போதும் நான் சொல்லுவது தான் செய்யணும்கிற மாதிரி விரட்டுவேள். அப்படி நீங்க விரட்டினா கூட அம்மா உங்க வார்த்தைக்கு மதிப்பு குடுத்து உங்க சந்தோஷம் தான் அவ சந்தோஷம்னு வாழ்ந்தாப்பா..

நீங்கள் அம்மாவைத் திட்டியது போல இத்தனை வருஷ தாம்பத்தியத்தில் நான் ஒரு முறை திட்டியிருந்தேன் என்றால் என் திருமண உறவு அன்றுடன் முடிந்து இருக்கும் உங்களுடையது ஒரு இனிமையான தாம்பத்யம் ஈகோ, அலட்டல், எதிர்ப்பு எதிர்ப்பார்ப்பு எதுவும் இல்லாத ஒரு அருமையான தாம்பத்யம்.

இப்போது நானும் உங்கள் நாட்டுப்பெண்ணும் கல்யாணம்கிற பந்தத்துல இணைந்து இருக்கிறோம். என்னை பொறுத்த வரை அம்மி மிதித்து அருந்ததி பார்த்து நான் உன்னை கடைசி வரை காப்பாற்றுவேன் என்று சொல்லும் ஆணாக நானும், உன்னை விட்டு எந்த ஜென்மத்திலும் பிரிய மாட்டேன் என்று சொல்லும் பெண்ணாக அவளும் இருக்க வேண்டும் அதுதான் ஒரு திருமணத்தின் புரிதல். ஆனால் எங்கள்

திருமணம் அப்படிப் பட்டது இல்லை விடிந்து எழுந்தால் எங்களுக்குள் ஒரு ஈகோ கிளாஷ். ஒரு லட்சம் சம்பளம் வாங்கும் அவள் இவனுக்கு என்ன நான் அடிமையா என்று நினைப்பதும் சம்பாதிக்கிற திமிருடன் இவ பேசுறா பார்த்தியானு என்னோட நினைப்பும் கல்யாணம் ஆன இந்த 26 வருஷத்தில் துளி கூட மாறவில்லை... நாங்கள் எங்கள் வாழ்க்கையில் டெய்லி கத்தி மேல் தான் நடந்து கொண்டு இருக்கிறோம்.

எனக்கு இப்போது வயசு 55 அவளுக்கு 52 வயசு. இதற்கு அப்புறம் பிரிவு என்பதெல்லாம் அசிங்கம் அட்லீஸ்ட் உங்கள் பேரன் வருண்காகவாவது நாங்கள் அட்ஜஸ்ட் செய்து தான் போக வேண்டும். அவளிடம் நீங்கள் போய் கேட்டாலும் அவளும் இதையேதான் சொல்லுவாள். எங்கள் தாம்பத்தியம் என்பது உங்களது போல் இல்லை எனக்கு 29 வயசில் திருமணம் அவளுக்கு அப்போது 26 வயசு நாங்கள் இருவரும் ஒருவரை ஒருவர் புரிந்து கொண்ட பின் தான் திருமணம் என்று சொல்லி எட்டு மாசம் பழகினோம் அந்த எட்டு மாசத்தில் எல்லாமே மெய்ட் பார் ஈச் அதர் ஆகத்தான் தெரிந்தது. தாலி என்ற மஞ்சள் கயிறை அவள் கழுத்தில் கட்டியவுடன் "இவள் என்னவள் இனி எந்த முடிவும் அவ்வளவு ஈசி ஆக அவளால் தனியாக எடுக்க முடியாது, நம்மை விட்டு

விட்டு போவது அவ்வளவு ஈசி இல்லை..” என்ற ஆண் திமிரு எனக்கும் “ஐயோ இத்தனை வேறுபாடான உணர்வுகளா என்ன செய்ய தாலி கட்டிக் கொண்டேன் எதாவது தவறான முடிவு எடுத்தால் தன் பெற்றார்க்கும் சுற்றி உள்ள உறவினருக்கும் பதில் சொல்ல வேண்டுமே என்ற பயம்.” அவளுக்கும்.

இப்போது சொல்லப் போனால் ஒற்றுமையான தாம்பத்தியம் என்னும் ஒரு அழகான நாடகத்தை நாங்கள் இருவரும் ஊரார் மெச்ச நடித்து கொண்டு இருக்கிறோம். இதைதான் கத்தி மேல நடக்கிற மாதிரின்னு சொன்னேன். இதுதான்பா இன்றைய தாம்பத்தியம்.

அப்பா பசி, ருசி எல்லாம் என் அம்மாவுடன் போச்சு. அதனால் நீங்களும் என்னை மாதிரி கிடைக்கும் நேரத்தில் கிடைப்பதை சாப்பிட்டு கொண்டு வாழ பழக்கிக் கோங்க. ஆனால் கடவுள் குடுத்த வரம் ஆன உங்கள் தாம்பத்யத்தை அசை போட்டு மிச்ச நாள்களை கழியுங்கள் அப்பா. வாங்க நேரம் ஆகுது போலாம்..” என்றான்

அவன் கையை இறுகப் பற்றி “உண்மையிலே எங்கள் ஜெனரேஷன் குடுத்து வைத்தவர்கள். அருமையான மனைவி, மகன், தாத்தா, பாட்டி ஒருத்தர ஒருத்தர் புரிந்து கொண்ட

அழகான குடும்பம் கடவுள் கொடுத்த வரம். நான் நீ வாழும் வாழ்க்கையை புரிந்துகொண்டேன் உங்களை எல்லாம் பார்த்தால் உண்மையிலேயே ரொம்ப பாவமா இருக்கு. நான் இனி என்னை மாற்றிக்க கொள்கிறேன் கவலைப்படாதே. என்னால உன் குடும்பத்தில் பிரச்சினை வராது நிம்மதியாக இரு வா ஆத்துக்கு போலாம்...” என்றார்.

எடுபிடி

பைக் துடைத்துக்கொண்டு இருந்த ரகு அவனுடைய வாழ்க்கையை நினைத்துப்பார்த்து கொண்டு இருந்தான். அப்பாவும் அம்மாவும் ஒரே நேரத்தில் இறந்து நாலு வயசு பையனா மாமா கை பிடிச்சு இந்த வீட்டினுள் நுழைந்தான். அன்றிலிருந்து இந்த வீட்டின் எடுபிடி அவன்தான்.. அதுதான் அவனுக்கு மிகவும் வருத்தமாக இருந்தது. மாமாவுக்கு மூணு பொண்ணுங்க மூத்த இரண்டு பேர் சுதாவும் மஞ்சுவும் இவனை விட பெரியவர்கள். திருமணமாகி சுதா யுஎஸ்லும் மஞ்சு கனடாவிலும் இருந்தார்கள். கடைசி லதா.. இவன் இந்த வீட்டிற்கு வரும் போது ஆறு மாசக் குழந்தை அவளுக்கும் அவன்தான் இப்போது எடுபிடி. எம் பி ஏ முடிச்சு கேம்பஸ் இன்டர்வியூல செலக்ட் ஆகி பணிக்காக வெயிட் பண்ணும் அவன் கடவுளே சென்னையை தவிர எங்கு வேண்டும் என்றாலும் போஸ்டிங் குடு இந்த எடுபிடி வேலையை விட்டு ஓடி விட வேண்டும் என்று நினைத்து கொண்டிருக்கும் போதே மாமாவின் குரல்

“ரகு”

“சொல்லுங்க மாமா..’

“போஸ்ட் ஆபிஸ் ஆர் டி முடிந்துடுத்து பாஸ் புக் டேபிள் மேல வெச்சு இருக்கேன் நீலா மேடம் இடம் குடுத்து விட்டு புது ஆர்டி ஓபனிங் ஃபார்ம் வாங்கி வா..”

“சரி மாமா..” என்ற அவனுக்கு மாமியின் குரல் கேட்டது.

“ரகு மார்க்கெட் பக்கம் போனா மாரி டெய்லரிடம் மூணு பிளவுஸ் தைக்க குடுத்து இருக்கேன் வாங்கி வந்துடு தையல் கூலி குடுத்தாச்சு. அளவு பிளவுஸ் நினைவாக கேட்டு வாங்கு..”

“சரி மாமி..” என்றவன் டேபிள் மேல் பைக்கில் கீ வைக்க அங்கிருந்து லதா ஓடி வந்து

“ப்ளீஸ் ரகு ஆபீஸ்ல இன்னிக்கு டீம் லஞ்ச். ஷாம்பூ போடாட்டா முடி செட் ஆகாது ஹெட்அண்ட் ஷோல்டர் ஷாம்பூ வாங்கிண்டு வாயேன்..” என்றவுடன் பைக் கீயை எடுத்து ஸ்டார்ட் பண்ண அவன் அத்தனை பேர் மேல இருந்த கோபத்தையும் கிக் ஸ்டார்ட் ல காமிக்க ஒரே அடியில் பைக் ஸ்டார்ட் ஆனது.

வீட்டுக்கு வந்து குளித்து போஸ்ட் ஆபிஸ் கிளம்பின அவனை மாமியின் குரல் நிப்பாட்டியது

“ரகு டைனிங் டேபிள்ல இட்லியும் சாம்பாரும் வெச்சுருக்கேன் சாப்பிட்டு வெளியே போ...”

மாமியிடம் ஒரு நல்ல குணம் வயித்துக்கு வஞ்சகம் பண்ண மாட்டாள். டைனிங் டேபிள்ல அமர்ந்து டிஃபன் சாப்பிட்டு வெளியே கிளம்பினான். லதாவும் தன் ஸ்கூட்டர் எடுத்து வெளியே கிளம்பினாள். வேலை முடிச்சு வீட்டுக்கு வந்து லஞ்ச் சாப்பிட்ட அவன் சற்று கண் அயர மாமாவின் குரல் “ரகு லதா ஸ்கூட்டர் பெட்ரோல் இல்லையாம் போத்திஸ் பக்கம் நிக்கிறாளாம் போய் கூட்டி வா..” என சொல்ல வெறுப்புடன் எழுந்தான்.

வேலைக்கு போகும் ஒரு பெண்ணுக்கு பெட்ரோல் வண்டியில் இருக்கா என்று கூட செக் பண்ண முடியாதா கூட பிறந்தவள் ஆனா நாலு திட்டு திட்டலாம் என்று எண்ணியவன் பாட்டில் எடுத்து கொண்டு பைக்கில் புறப்பட்டான். போத்தீஸ் அருகில் நின்று இருந்த லதா அவனை ப் பார்த்து ஒரு சிரிப்பு சிரிக்க கோபத்தில் ஜிவ்வுன்னு இருந்த தன் முகத்தை பெட்ரோல் விடுவது போல் குனிந்து மறைத்து கொண்டான். இருவரும் வீடு வந்து சேர 5 மணி ஆகியது.

மெயில் நோடிபிகேசன் சவுண்ட் வர பார்த்த ரகுவுக்கு ஒரே அதிர்ச்சி.. சென்னைக்கு போஸ்டிங் ஆர்டர் வந்து இருந்தது.. மாமா மாமி யிடம் சொல்ல மாமி

"நான் வணங்கும் முருகன் என்னை கை விட வில்லை நல்ல வேளை வேறு எங்கும் போஸ்டிங் போட்டால் இங்கு விட்டு போக வேண்டி வருமே. அதான் ரொம்ப கவலைப் பட்டேன்" என்றாள்.

வெறுப்புடன் பைக்கை கிளப்பிய அவன் ஐயோ இந்த எடுபிடிக்கு ஒரு முடிவே கிடையாதா என்று நினைத்து கொண்டே ஓட்டியவன் எதிரில் வந்த லாரியை கவனிக்காமல் என்ன நடக்கிறது என்று அவன் புரிந்து கொள்ளும் முன் அவன் தூக்கி எறியப்பட்டு அவன் நினைவுகள் போனது.

இப்போது அவன் கண் முழிக்கும் போது காலில் கட்டு தலையில் கட்டு ஐசியு அட்மாஸ்பியர் அவன் எங்கு இருக்கிறான் என்பதை அவனுக்கு உணர்த்தியது. ஐசியு கண்ணாடிக்கு பின்னால் மாமா மாமி சுதா மஞ்சு லதா எல்லோரும் எட்டி எட்டி பார்த்து கொண்டு இருந்ததை கவனித்தான். அங்கு வந்த டாக்டர் உடன் அவர்கள் அனைவருமே உள்ளே வர சுதாவும் மஞ்சுவும் அவன் முகத்தை தடவினார்கள் கை காலை பிடித்து விட்டனர்.

அவர்கள் கண்களில் இருந்து கண்ணீர் வழிந்து கொண்டு இருந்தது மாமி இரு கைகளாலும் திருஷ்டி முறித்தாள் அவள் கண்கள் சோகத்தை காட்டியது அவள் உடம்பு மெலிந்தது போல் இருந்தது.. மாமா தாடியும் சந்தமும் ஆக வயசானது போல் இருந்தார்.. லதா சிறு குழந்தை போல் தேம்பி தேம்பி அழுது கொண்டு இருந்தாள்

மாமி அவனிடம் "ரகு 13 நாட்கள் ஆச்சு நீ கண் முழித்து பார்க்க. எங்கள் யார் உடம்பிலும் உயிர் இல்லை. நான் வணங்கும் அந்த தெய்வம் தான் உன்னை உயிருடன் கொண்டு வந்தது" என்றாள்.

ரகு சுதா மஞ்சுவிடம் "நீங்கள் ஏன் இப்போது வந்தீர்கள் இவ்வளவு செலவு செய்து கொண்டு கனடாவில் இருந்தும் யுஎஸ்லிருந்தும் ஏன் வந்தீர்கள்? என கேட்க,

சுதாவும் மஞ்சுவும் ஒரே குரலில் "உன்னை விட எங்களுக்கு வேறு எதுவும் முக்கியமில்லை நீ பேச்சு மூச்சு இல்லாமல் இருக்கிறாய் என்று சொன்னவுடன் நாங்கள் இருவரும் கிளம்பி வந்து விட்டோம். இப்போது தான் எங்களுக்கு நிம்மதி. உன்னை டிஸ்சார்ஜ் பண்ணி வீட்டில் விட்டதற்கு அப்புறம் தான் நாங்கள் கிளம்புவதாக இருக்கோம்.." என்றனர்.

லதா அவனுக்கு ஆரஞ்சு ஜுஸ் கலக்கி கொண்டு இருந்தாள். மாமி அவனுக்கு பிரட் ஊட்டிக் கொண்டு இருந்தாள். அவனுக்கு பாத்ரூம் போக வேண்டும் என்றவுடன் மாமா மற்றவர்களை வெளியில் அனுப்பி விட்டு அவனை மெதுவாக தூக்கி பெட் பான் வைத்தார். ரகு மனமது வெட்கிப் போனது இவ்வளவு பிரியம் உள்ளவர்கள் இடத்தில் தான் எப்படி இருந்து இருக்கோம். எந்த குடும்பம் தன்னை எடுபிடியாக நினைப்பதாக எண்ணி இருந்தான் அந்த குடும்பமே இப்போது அவன் எதுவுமே கேட்காமல் தானே அவனுக்கு எடுபிடி வேலைகள் செய்து கொண்டு இருந்தது.

அவனுக்கு மனது வலித்தது. கடவுளே என்னை மன்னிப்பாயா? இத்தனை பிரியமும் பாசமும் உள்ள குடும்பத்தை புரிந்து கொள்ளாமல் அவர்கள் என்னை எடுபிடியாக நினைப்பதாக நினைத்தேன். இப்போது இந்த குடும்பத்தினர் அத்தனை பேரும் எனக்கு இத்தனை சேவைகளையும் களங்கமில்லாத மனதுடன் செய்கிறார்களே. இன்று முதல் என் மனது தெளிவானது நான் இந்த குடும்பத்தில் இவர்களுடன் பிறக்காத ஒரு பையன் ஆகவே இன்றில் இருந்து ஒரு பையனாக இந்தகுடும்பத்தைகாப்பாற்றுவதுதான் நான் செய்த தப்புக்கு பிராயச்சித்தம் என்று முடிவு செய்து

கொண்டான். இந்த விபத்தை ஏற்படுத்தி இதை புரிய வைத்த அந்த கடவுளுக்கு நன்றி சொன்னான்.

ஒரு தலைமுறைக்கு அறிவுரை

பெண்ணின் திருமணம் முடிந்து பெண்ணை ஏர் போர்ட்டில போய் வழி அனுப்பி விட்டு வந்த வேதா "பார்த்தனிடம் நீங்க ரொம்ப மோசம், வந்த அழுகையை எனக்குள் நானே கட்டு படுத்தி கொள்ளரதுக்கு ரொம்ப சிரமப்பட்டேன் தெரியுமா இதுக்கெல்லாம் ஏன் தடை போடறேள்." எனக் கேட்க

பார்த்தன் அவளிடம் "இதோ பார் நீ பதினைந்து வயசுல கல்யாணம் ஆகி வந்த. நீயும் நானும் பார்த்து கொண்டது கல்யாணத்தன்னிக்கு தான். என் உறவுகள் யாரையும் உனக்கு தெரியாது. மரத்தை வேருடன் பிடுங்கி நடறதுன்னு சொல்வா அதுதான் நடந்தது உனக்கு.

உன் பெண் கல்யாணம் அப்படியா காதல் கல்யாணம் எட்டு வருஷம் பழக்கம் இதுவரை ஆயிரம் தடவை போன்ல பேசி இருப்பா.. கல்யாணத்துக்கு முன்னாடி இருவரும் சேர்ந்து வெளியில் சென்று வந்தது கணக்கில் அடங்காது. மாமியார் மாமனார் யாரும் இல்லை மாப்பிள்ளை பரம சாது. இந்த ஆத்துல இருந்தத விட பல

மடங்கு சுதந்திரமா இருக்கப் போறா. அப்பா திட்டுவார்ங்கற பயம்லாம் கிடையது அப்புறம் என்ன அவளே ராஜா அவளே மந்திரி அப்படிப்பட்ட வாழ்க்கை வாழப்போற அவளை சந்தோஷமா வழி அனுப்பனும். நல்ல விஷயங்களுக்காக கிளம்பி போற போது கண்ணீரும் கம்பலையுமாகவா அனுப்புவா.." என்று சொல்லி முடித்ததும்

"இப்படி எதாவது பேசி என் வாயை அடைச்சுடுங்கோ.." என்று கண்ணை மூடி சாய்ந்து கொண்டாள்.

சென்னை ஏர் போர்ட்டில இறங்கின சுதாவும் மாதுவும் டாக்ஸி பிடித்து மடிப்பாக்கத்தில் அவர்களுக்காக பார்த்திருந்த பிளாட்டின் முன்னால் இறங்கினர். முந்தின மாசம் இருவருமாக வந்து பர்னிச்சர் பாத்திரங்கள் கேஸ் இணைப்பு எல்லாம் வாங்கி வைத்து வீட்டை செட்

செய்ததனால் குடித்தனம் ஆரம்பிப்பது சிரமமாக இல்லை. மாது வேலை பார்க்கும் ஐடி கம்பெனியில தான் சுதாவும் வேலை செய்தாள். இரண்டு நாள் கழித்து தான் ஆபிஸ் ஜாயின் பண்ணனும்.

கோவையில இருந்து கிளம்பும் போதே குளித்து ரெடி ஆகி வந்தது பால் காய்ச்ச வசதியாக போய் விட்டது. அம்மா சொன்னது போல வாசல்

துடைத்து அம்மா குடுத்து அனுப்பி இருந்து கோலப்பொடியால் கோலத்தைப் போட்ட அவள் கேஸ் அடுப்புகளிலும் ரெண்டு இழை கோலம் போட்டு பாலை பாத்திரத்தில் விட்டு அடுப்பில் ஏற்றினாள்.

வெங்கடாஜலபதி படத்தை பூஜை ரூமில் வைத்தாள். விளக்கை எடுத்து சந்தனம் குங்குமம் வைத்து பூவை விளக்குக்கும் ஸ்வாமிக்கும் வைத்தவள் விளக்கேற்றி மாதுவை கூப்பிட்டு மணி அடிக்க சொன்னாள். காய்ந்த பாலை சிறிது சர்க்கரை போட்டு நிவேதனம் அம்மா சொன்னது போல செய்தாள் ரெண்டு டம்ளர் பாலை எடுத்து கொண்டு பால்கனியில் இருவரும் அமர்ந்தனர்

மாது சுதாவிடம் "எனக்கு நான் இன்டர்வியூ அட்டெண்ட் பண்ணி இருக்கிற கம்பெனியில வேலை கிடைச்சா மாசம் மூன்றரை லட்சம் சம்பளம் வரும். உனக்கு வேலை பார்க்க வேண்டாம்னு தோணித்துன்னா விட்டுடு.." என்றான்.சுதாவும் இதைதான் எதிர் பார்த்தாள். அவளுக்கு ஹோம் மேக்கர் ஆக இருப்பதில் உள்ள ஆசை வேலைக்கு போவதில் இல்லை.

எதிர்பார்த்தது போல் மாதுவுக்கு வேலை கிடைக்க சுதா தன் வேலையை ரிசைன் செய்தாள். கொரோனா டைம் என்பதால் மாதுவுக்கு புது

ஆபீஸ்ல வொர்க் பிரம் ஹோம் அறிவிப்பு வர சுதா வுக்கு மாது வீட்டில் இருப்பது சந்தோஷமாக இருந்தது. அவனுக்காக காலை டிபன் பண்ணுவதில் இருந்து இரவு வரை பார்த்து பார்த்து பண்ணினா. சில நேரங்களில் அவன் வேலையில் பிஸி ஆக இவள் சாப்பாடு ஊட்டி கூட விட்டாள். புது கம்பெனி என்பதால் அவன் தன்னை நிரூபிக்க வேண்டிய கட்டாயத்தில் இருந்தான். வேலை இரவு பகல் பார்க்காமல் இருந்தது.

ஒரு ஸ்டேஜ்ல் பேக் டு பேக் மீட்டிங் என்று சொல்லி பன்னிரெண்டு மணி வரை கூட வேலை செய்து தூங்க வந்தான் அவன் வரும் போது சுதா தூங்கி ரெண்டு ஜாமம் ஓடி இருந்தது. கொஞ்சம் கொஞ்சம் ஆக சுதாவுக்கு சலிப்பு தட்ட ஆரம்பித்தது சின்ன சின்ன விஷயத்துக்கு எல்லாம் கோபம் வந்தது. சனிக்கிழமையும் வேலை இருந்தது. சண்டே ஒரு நாள் தான் ரெஸ்ட் என்பதால் அவன் எழுந்திருக்கும் போது மணி மதியம் ஒன்று ஆகிவிடும் சாப்பிட்டு திருப்பி படுத்து விடுவான். ஏழு மணிக்கு எழுந்து வெளியே வரும் அவனைப் பார்க்க சுதாவுக்கு பற்றிக் கொண்டு வந்தது. அவனிடம் சண்டையை தொடங்கினாள்.

மாதுவும் “மூன்றரை லட்சம் சம்பளம் குடுப்பவன் சொல்வதை செய்து தான் ஆக வேண்டும் லீவு நாள்

என்றெல்லாம் பார்த்து கொண்டு இருக்க முடியாது" என்றான். "பணம் தேவை இல்லை ரிசைன் பண்ணு வேறு வேலை பார்.." என்று சுதா சொன்னதுக்கு அவன் "இப்ப இப்படி தான் சொல்லுவ நாளைக்கு குழந்தை குட்டி ஆனா பணத் தேவைகள் அதிகமாகும் போது நான் சொன்னா நீ ஏன் ரிசைன் பண்ணின யோசித்து இருக்கலாம் என்று சொல்வ.." என்று அவளை வாய் மூட செய்தான். இருவருக்கும் இடையே பனிப் போர் ஆரம்பம் ஆனது எட்டு வருட காதல் எட்டு மாதத்திற்குள் இருந்த இடம் தெரியாமல் காணாமல் போனது

மாது இயல்பிலேயே மிக நல்லவன் அன்பானவன் சுதா மேல் உயிரையே வைத்து இருந்தான். தன்னால் முடிந்த உதவியை அவளுக்கு செய்து கொண்டு தான் இருந்தான். சுதாவுடன் டைம் ஸ்பென்ட் பண்ண முடியாதது அவனுக்கும் கஷ்டமாகத்தான் இருந்தது ஆனாலும் அவனால் அவனது ட்ரீம் ஜாபை சுதாக்காக தூக்கி எறிவது முடியாத காரியமாக இருந்ததது. அவளை வேலையை விட சொன்னது தப்புதான் என்று உணர்ந்தான். இத்தனை சண்டைகளுக்கு இடையேயும் இரண்டு மூன்று சண்டே அவன் வெளியே அழைத்து சென்றான்.. அவன் போறாத காலம் போகும் இடங்களில் எல்லாம் அவன் கிளைண்ட் போன் வந்து சுதாவுக்கு அவனால்

இம்போர்ட்டன்ஸ் குடுக்க முடியாமல் போக அதுவே பெரிய சண்டைக்கு அஸ்திவாரம் ஆனது.

அவள் அவனிடம் "உனக்கு சமைத்து போட துணி தோய்க்க வீட்டு வேலை செய்ய ஒரு ஆள் வேண்டும் என்பதனால் தான் என்னை திருமணம் செய்து கொண்டு இருக்கிறாய்.." என்று கொஞ்சம் கூட யோசிக்காமல் கத்த தொடங்கினாள்.

மாதுவுக்கு எவ்வளவு தான் அவள் மேல் அன்பு இருந்தாலும் அவளைப் பார்க்க பாவமாக இருந்தாலும் ஒரு லிமிட் க்கு மேல் போகும் பொது அவனும் நொறுங்கிப் போனான்.

ஆனால் ஒன்று எவ்வளவு சண்டை போட்டாலும் அவனுக்கு வேளா வேளைக்கு சாப்பிடக் குடுப்பதில் அவள் குறை வைக்கவில்லை.பெற்ற தாய் குழந்தையிடம் கோபப்பட்டாலும் தன் குழந்தையை பட்டினி போட மாட்டாள் அது போல் தான் இருந்தது அவள் செய்கை.

அதில் மாதுவுக்கு அவளது அன்பு புரிந்தது. இரண்டு கை தட்டினால் தான் ஓசை என்று அவன் ஒதுங்க ஆரம்பித்தான். அதற்கும் அவளுக்கு கோபம் வந்தது

"இப்படி நான் பேசுவதற்கு எல்லாம் பதில் சொல்லாமல் பிடிச்ச வைத்த பிள்ளையார் மாதிரி இருந்தா என்ன அர்த்தம்.." என்று கத்தினாள்.

அன்றும் அதே போல் சண்டை இட்ட அவள் மாதுவை பரண் மேல் இருந்த பெரிய பெட்டியை இறக்கித் தர சொன்னா அவள் தன் டிரஸ் எல்லாம் அதில் அடுக்கினாள். மாது கேள்வியாய் நோக்க "..'' நான் என் அம்மா ஆத்துக்கு போக போகிறேன் என்றாள். மாதுவும் "அதுக்கென்ன ஒரு சேஞ்சுக்கு ஒரு மாசம் போய் வா.." என்றான். அதற்கு அவள் "நோ நான் நிரந்தரமாக அங்கே போகிறேன் இனிமேல் வர மாட்டேன்.." என்றாள்.அவளிடம் மீண்டும் பேசினால் தர்க்கத்தில் தான் முடியும் என்று தெரிந்ததால் மொபைல் எடுத்து கொண்டு வெளியே போன அவன் மாமனாருக்கு போன் பண்ணி விஷயத்தை சொல்ல மாமனார் "கவலைப் படாமல் அனுப்பி வையுங்கள் நான் அவளை உங்கள் சுதாவாக திருப்பி அனுப்புகிறேன்.." என்றவுடன் மொபைல் ஆஃப் செய்து வீடு திரும்பினான்.

நைட் ஃப்ளைட் க்கு கோவைக்கு டிக்கெட் புக் பண்ணிஅவளிடம் கொடுக்க அவள் பார்வை அவனிடம் நீ என்னை போக சொல்லுகிற தானே என்று கேட்பது போல இருந்தது.

"உங்க அப்பாவுக்கு நீ வருவதை ஃபோன் பண்ணி சொல்கிறேன்.." என்றவனிடம் "இதோ பார் நான் பிறந்த வளர்ந்த ஊர் என் வில்லேஜ் க்கு நானே ஏர்போர்ட் ல இருந்து போய் கொள்வேன்" என்றாள்.

சென்னை ஏர்போர்ட்க்கும் அவனை வர விடவில்லை அத்தனை கோபம் அவளுக்கு. மாதுவுக்கு அவள் இரண்டு வயது குழந்தையா இல்லை 25 வயசு பெண்ணா இப்படி பிடிவாதம் பிடிக்கிறாள் என்று இருந்தது. ஆனால் அவனின் ஆண் மனம் அவளின் பிரிவை நினைத்து அழத்தான் செய்தது. ஆனால் இந்த மாதிரி துணை விஷயத்தில் ஆண்கள் மிகவும் இளகிய மனது உடையவர்கள் இது ஏன் இந்த பெண்களுக்கு புரிய மாட்டேன் என்கிறது என்று அவனுக்கு தோன்றியது. ஆனாலும் அவனுக்கு மாமனார் மேல் அசைக்க முடியாத நம்பிக்கை. நிச்சயம் மனைவி சுதா திரும்பி வரும் போது காதலி சுதாவையும் தன் மனதில் சுமந்து வந்து விடுவாள் என்று

ஏர் போர்ட்டில இறங்கியவள் டாக்ஸி பிடித்து வீடு வர இறங்கிய அவளிடம் அவள் அம்மா கேட்ட முதல் கேள்வியான "மாப்பிள்ளை வரலியா.."? அவள் கோபத்தை தூண்டியது "ஏன் அவர் வந்தால் தான் நான் என்னோட ஆத்துக்குள்ள நுழைய

முடியுமா. பிறந்த அன்றிலிருந்து இதுதானே என் இடம். ." என்று கேட்க அங்கு வந்த சுதா அப்பா "வேதா ஏன் நீ இப்படி இருக்க குழந்தை இப்பதான் ஊரிலிருந்து வந்து இறங்கி இருக்கா அதுக்குள்ள எதுக்கு அவளுடன் வாக்கு வாதம்.." என்று சொல்லி சண்டைக்கு முற்றுப்புள்ளி இட்டார்.

இவள் ஆத்துக்கு வந்து பிரெஷ் அப் ஆகி வெளியே வர அப்பா காப்பி குடித்து கொண்டு இருந்தார் ஊஞ்சலில் உட்கார்ந்து இருந்தவர் "வேதா இதோ பாரு நான் குளிச்சிட்டு வரேன் நல்ல நெய்யை விட்டு முந்திரி வறுத்து போட்டு ஜீரா மிளகு பொங்கல் பண்ணி ஒரு சட்னி அரைத்து கொத்சு பண்ணிவிடு.." என்று குடித்த காப்பி டவரா டம்பளரை அம்மா கையில் கொடுக்க அதைப் பார்த்த சுதாவுக்கு கோபம் பத்தி கொண்டு வந்தது குடிச்ச டம்பளர் கூட இவரால் தேய்க்க போட முடியாது எல்லாம் தான் ஆண் என்ற திமிரு. இப்படி கை நீட்டி வாங்கி சேவகம் செய்ய ஒருத்தி காத்துண்டு இருந்தா இப்படிதான். தன் ஆத்திலும் மூன்று வேளையும் சமைத்து போடும் போது மாது சில விஷயங்களில் தானே இவளுக்கு உதவியாக இருந்தது ஒரு நிமிடம் இவள் மனம் கண் முன் வந்து போனது. அப்பா குளித்து விட்டு வந்ததும்

டிஃபன் சாப்பிட உட்கார அப்பாவுடன் அவளும் உட்கார்ந்தாள்

சாப்பிட்டு முடிக்கும் நேரத்தில் அப்பா "வேதா மத்தியானத்துக்கு சுண்டைக்காய் வதக்கி வத்த குழம்பு கீரை அவரைக்காய் கறி ஜீரா மிளகு ரசம் பண்ணிடு என்னோட ஃபிரண்ட் ராம மூர்த்தியும் அவன் மனைவியும் இங்க சாப்பிட வருவா.." என்று சொல்லி சென்றார்

"அம்மா அதுக்கென்ன பண்ணிடறேன்.." என்றதை சுதா ஆச்சரியத்துடன் பார்த்தாள். ஒரு மணிக்கு தன் நண்பர் அவருடைய மனைவியுடன் வந்தவர் சாப்பிட்டு முடித்ததும் தன் நண்பரிடம் "நீங்க கொஞ்சம் ரெஸ்ட் எடுத்துக் கொண்டு டிஃபன் காபி சாப்பிட்டு விட்டு ஆறு மணிக்கு போலாம்.." என்றவர் "வேதா டிபன்க்கு சூடா கேசரியும் பஜ்ஜியும் பண்ணு.." என்றார்.

அம்மாவும் சிரித்த முகத்துடன் "பண்ணிடறேன்.." என்று சொன்னது அவளுக்கு குழப்பமான இருந்தது. என்ன இந்த அப்பா அம்மாவை வேலைக்காரி மாதிரி அதை செய் இதை செய் என்று வேலை வாங்கி கொண்டு இருக்கிறார் அம்மாக்கு கோபம் வரமாட்டேன் என்கிறது என்று குழம்பினாள். அவள் இருந்த ஒரு வாரமும் இது தொடர்ந்தது.. அத்துடன் மாதுவும் வந்து சேர்ந்த

பிறகு இதுவரை ஒரு வார்த்தை பேசவில்லை. எல்லா கோபம் சேர அங்கு வந்த அப்பாவிடம் “அப்பா உங்ககிட்ட ஒரு நிமிஷம் பேசனும் அம்மா நீயும் இங்கே நில்லு..” என்றாள்.

“என்னப்பா வந்து ஒரு வாரம் ஆயிடுத்து நானும் பார்த்துண்டு தான் இருக்கேன் அம்மாவை வேலைக்காரி போல ட்ரீட் பண்றேள் அவளும் ஒரு மனுஷி அவளுக்கு உடம்பு வலிக்கும் அவளுக்கும் ஆசை எல்லாம் உண்டு என்பது உங்களுக்கு தெரியுமா. நீங்கள் ஒரு ஆண் என்பதை காண்பிக்கிற மாதிரி தான் எனக்கு தெரியறது அம்மாகிட்ட அருமையா ஒரு வார்த்தை பேசி இந்த ஒரு வாரத்தில் நான் பார்க்கலை சர்க்கஸ் ரிங் மாஸ்டர் மாதிரி விரட்டி கொண்டு இருக்கேள்..” என்று படபடப்புடன் கத்த வேதா அவளை ஆசுவாசப்படுத்தி படுத்தி உட்கார சொன்னாள்.

“சுதா நீ என்ன சொன்ன உங்க அப்பா என்ன வேலைக்காரி மாதிரி

நடத்தறாரா சர்க்கஸ் ரிங் மாஸ்டர் மாதிரி விரட்டறாரா, எங்கிட்ட அருமையா ரெண்டு வார்த்தை பேசலயா இதெல்லாம் நீ எங்களை பார்த்து தெரிந்து கொண்டாய் இல்லையா. இது தான் உங்க தலைமுறை எடுத்தேன் கவிழ்த்தேன்னு பேசறது. நான் 15 வயசுல கல்யாணம் ஆயி இந்த

ஆத்துக்கு ஒண்ணுமே தெரியாத ஒரு களிமண்ணா தான் வந்தேன். இதோ வித விதமா சமைக்க சொன்னார் இல்லையா அதெல்லாம் இங்க வந்து தான் கத்துண்டேன். தாய், ஒருவரின் வாழ்நாள் பூராவும் கூட இருக்க முடியாதுன்னு தான் தாரத்தை படைத்தான் கடவுள் என்று சொல்வார்கள்.

எங்கள் தலைமுறையினர் அப்படித்தான் நினைத்தோம். அவர் ஒன்று சாப்பிட கேட்டால் அதை பண்ணி குடுத்தால் தான் எனக்கு திருப்தி. எப்படி என் குழந்தை நீ கேட்டு நான் பண்ணி குடுப்பேன் அது போல தான். என்ன சொன்ன அருமையாய் ஒரு வார்த்தை பேசவில்லை என்று நீ எனக்கு பிறந்தவள் உன்னிடம் சொல்வதில் தவறில்லை.. நேற்று இரவு எனக்கு கால் வலி என்று உன் அப்பாதான் தைலம் தேய்த்து விட்டார். ஏன் 25 வயது வரை நீ இந்த ஆத்துல தானே இருந்த உங்க அப்பா அப்போ இருந்தது போல தான் இப்பவும் இருக்கிறார். அப்பவும் இதே போல் தான் நான் எல்லா வேலையும் செய்து கொண்டு இருந்தேன் அப்போது எல்லாம் அம்மா வேலை செய்தது உன் கண்ணில் படவில்லை ஏன்னா அப்போ அப்பா அப்பாவாக தெரிந்தார் இப்போ உனக்கு உன் கணவனுடன் பிரச்சனை அவன் ஆண் உனக்கு இம்போர்ட்டன்ஸ் குடுக்கவில்லை

உன்னை கவனிக்க வில்லை அவனுக்கு சமையல் பண்ணி குடுத்து காணாததற்கு வீட்டு வேலையும் செய்ய வேண்டி இருக்கிறது என்றெல்லாம் மனசில் இருப்பதால் உன் அப்பா இப்போது உன் கண்ணுக்கு ஒரு ஆணாக உன் அம்மாவின் கணவனாக தெரிகிறார் அப்படித்தானே.

எனக்கு உங்களைப் போன்ற தலை முறையை பார்த்து சிரிப்பாய் தான் வருகிறது. உங்கள் தலைமுறையின் ஆணுக்கும் சரி பெண்ணுக்கும் சரி வாழ்க்கையை வாழத் தெரியவில்லை. கல்யாணத்துக்கு முன்னே காதலிக்கும் போது ரெண்டு பேரைப் பத்திய பிளஸ் பாயிண்ட் மட்டுமே வெளியே காட்டி கொள்வது ஏன்னா எக்காரணம் கொண்டும் ஒருத்தரை ஒருத்தர் பிடிக்காமல் போய் விட கூடாது என்பதால். நீங்கள் மனத்தடியில் அடைச்சு வெச்சு இருந்த மைனஸ் எல்லாம் கல்யாணத்துக்கு அப்புறம் அடுத்த நொடியில் இருந்தே அடிச்சுப் பிரண்டு வெளியே வந்து உங்கள் வாழ்க்கையை புரட்டி போட்டு விடுகிறது. இதுதான் உண்மை. அந்த காலத்து பெரியவர்கள் மனுசனுடைய குணத்தை நாடி பிடிச்சுப்பார்த்தவர்கள்

அதனால் தான் அந்த காலத்தில் கல்யாணத்துக்கு முன் அதிகமாக பழக விட வில்லை

கல்யாணத்துக்கு பிறகு பிளஸ் மைனஸ் என்று கொஞ்சம் கொஞ்சமாக இருவரிடம் இருந்தும் வெளியில் வந்ததால் வாழ்க்கை பேலன்ஸ் ஆகி இப்போது நாங்கள் இந்த வயதில் ஒருவரை ஒருவர் காதலிக்கத் தொடங்கி இருக்கோம் இதுதான் உண்மையான வாழ்க்கை. ஆண் என்பவன் நீ ஒரு அடி அவனுக்காக நீ இறங்கி வந்தா அவன் உனக்காக பத்தடி இறங்கி வருவான். பெண்களை போல் அவனுக்கு வார்த்தை ஜாலம் வராது. அப்படித்தான் பெண் என்பவளும் அற்ப சந்தோஷி. அவளைப் புகழ்ந்து ரெண்டு வார்த்தை சொல்லி விட்டால் அவன் காலடியில் கிடப்பாள் இதெல்லாம் புரியாமல் இந்த தலைமுறை ஆண், பெண் நீங்கள் தேவை இல்லாமல் உங்கள் ஈகோவினால் உங்கள் வாழ்க்கையை கெடுத்து கொள்கிறீர்கள்.

நிஜமாகவே உன் கணவன் ஒரு குடிகாரனாக பொம்பளை பொறுக்கியாக உன்னை வாய்க்கு வந்த படி வசை பாடுபவனாக இருந்தால் நானே இங்கு உன்னை கூட்டி வந்து இருப்பேன். அது இல்லாமல் உப்பு சப்பில்லாத வெளியில் கூட்டி போக வில்லை நீ சண்டை போட்டால் எதிர் சண்டை போடுகிறான். உன்னிடம் கோபப்படுகிறான் இதெல்லாம் ஒரு காரணமா? ஏன் உன் அப்பா உன்னை திட்டியது இல்லை நான் உன்னை

திட்டியது இல்லை. நீ எனக்கு அப்பாவும் வேண்டாம் அம்மாவும் வேண்டாமென்று எங்கேயும் போக வில்லை ஏன்னா அப்போ போக வேறு இடம் இல்லை இவர்கள் நம்மவர்கள் என்ற எண்ணம் இருந்தது அதனால் நாங்கள் எவ்வளவு திட்டினாலும் ஏற்று கொள்ளும் பக்குவம் இருந்தது.ஆனால் தாலி கட்டிய கணவன் மேல் அந்த ஒட்டுதல் இல்லை

கணவன் மனைவி என்ற உறவு தாலிக்கொடியில் ஆரம்பித்து பிடித்தால் வாழலாம் பிடிக்காவிட்டால் முழ நீள காகிதத்தில் கை எழுத்து போட்டு முடித்து கொள்ளலாம் அந்த தைரியம் தானே உங்களுடைய இந்த தலை முறைக்கு... சாய்ஸ் உடன் வரும் கேள்வி தாள் மாதிரி இப்ப கணவனுக்கு மனைவியும் மனைவிக்கு கணவனும். நீங்கள் ஒழுங்காக புரிதலுடன் வாழ்ந்தால் தான் ஒரு கேள்வித்தாளுடன் பரிட்சை முடியும் இல்லைன்னா வேற வேற கேள்வி தாள் வருஷா வருஷம் பரிட்சை எழுதணும் இல்லைன்னா பரிட்சை எழுதுறதையே விட்டு விடணும் அதாவது திருமணம் செய்து கொள்ளும் எண்ணத்தையே விட்டு விட வேண்டி இருக்கும் இதெல்லாம் உங்களுக்கு எங்க புரிகிறது?

உன் கணவனுடன் இந்த பிரச்சினையை பற்றி ஒரு பத்து நிமிஷம் நிதானமா அன்பா மனசு விட்டு உட்கார்ந்து பேசி இருந்தாலே அதை சரி பண்ணி இருக்கலாம் அதை விட்டு விட்டு பெட்டியைத் தூக்கிட்டு இங்க வந்து இருக்க. காதலாம் கத்திரிக்காயாம் அத்தனை காதலித்த உங்களால் ஒருவருக்கு ஒருவர் விட்டு குடுத்து வாழ முடியவில்லை என்றால் அதற்கு பெயர் காதல் இல்லை. உன்னை இங்கு அனுப்பி விட்டு மாது அப்பாவிடம் எவ்வளவு வருத்தப் பட்டு ஃபோன் பண்ணினான் தெரியுமா நீ இல்லாமல் அவனால் வாழமுடியாதுன்னு கதர்றான். ஆனால் நீ ஆத்துல நடக்கிற சின்ன சின்ன பிரச்சனையை பெருசாக்கி எட்டு வருஷம் காதலித்த ஒருவனை துச்சமாக தூக்கி எறிந்தது வந்திருக்க.

குழந்தை பிறக்கும் போது அம்மாவிடம் இருந்து தொப்புள் கொடியை அறுத்து தான் வெளியில் எடுக்கிறாங்க. ஆனால் திருமணத்தின் போது ஒரு பெண்ணை தன் தாய்க்கு சமமாக உள்ளவளை தொப்புள் கொடிக்கு நிகராக நினைத்து தான் தாலிக் கொடியை இறுக முடிச்சுட்டு அந்த ஆண் தன் மனைவி ஆக்கி கொள்கிறான். அந்த தாலி கட்டும்போது அத்தனை மந்திரங்கள் சொல்லி இருவரையும் கணவன் மனைவி பந்தத்தில்

இணைக்கிறார்கள் நீங்கள் என்னடான்னா சின்ன வயசுல விளையாடின சொப்பு சாமான் விளையாட்டு மாதிரி தூக்கி எறிந்துவிட்டு போகிறீர்கள். இதோ பார் பெட்டியைத் தூக்கு இங்கிருந்து கிளம்பு இனி ஒரு முறை உன் ஆத்துக்காரர் இல்லாமல் இந்த வாசப்படியை மிதிக்க கூடாது..” என்று முடிக்க வேதா என சுதா அப்பா கூப்பிட “இதோ பாருங்க இதுல நீங்க தலையிடாதீர்கள் அவ இங்க இருந்து முதல்ல கிளம்பணும்” என்றாள். கேட்டு கொண்டு இருந்த சுதாவுக்கு அழுகை பீறிட்டு கொண்டு வந்தது தான் அழும் போது தன்னை சமாதானப்படுத்தும் மாது அவள் நினைவில் வந்து போனான். இங்கு அம்மா அப்பா யாரும் சமாதானப் படுத்த வரவில்லை அம்மாவின் அந்த கண்டிப்பு குரல் இதுவரை அவள் கேட்காதது அம்மாவின் பேச்சு அவளை யோசிக்க வைத்தது.அவசரமாக உள்ளே வந்தவள் பெட்டியை அடுக்க அங்கு வந்து நின்ற அம்மாவிடம்

“இதோ பார் நான் இனி உனக்கு பெண் இல்லை என்று நினைத்து கொள் நான் இனி இங்கு வர மாட்டேன் என்னை ராணி போல வைத்து இருந்த மாதுவை போல ஒரு அருமையான கணவனை தூக்கி எறிந்து வந்ததுக்கு கடவுள் தந்த தண்டனையா இதை நினைச்சுக்கிறேன்..” என்று அவள் டிராவல்ஸ் இடம் சொல்லி டிக்கெட் புக்

செய்தாள். டாக்ஸியும் வாசலில் வந்து நிற்க பெட்டியைத் தூக்கிய அவள் பெட்டியை டிக்கியில் வைத்து விட்டு அம்மாவை திரும்பி பார்க்காமல் டாக்ஸியில் ஏறினாள்.

வேதா டாக்ஸி அந்த பக்கம் கிளம்பிய உடன் குலுங்கி குலுங்கி அழ ஆரம்பித்தாள். பார்த்தன் அவளை சமாதானப் படுத்த "எனக்கு பெண் இல்லன்னா பரவா இல்லைங்க என் பெண்ணுக்கு அமைந்த நல்ல வாழ்க்கையை அவள் கோட்டை விட்டு விடக்கூடாது அதுதான் எனக்கு முக்கியம். இனி அவள் இங்கு வர மாட்டாள்.." என்று கண்ணை துடைத்துக் கொண்டு உள்ளே போனாள்.

கடவுளுக்கு நன்றி

பானு ஐசியு வாசலில் உட்கார்ந்து இருந்தாள். நான்கு நாட்கள் ஆகிறது அம்மாவை ஐசியுவில் அட்மிட் பண்ணி.. பானுவுக்கு ரொம்ப ஆச்சர்யமாக இருந்தது. விதவிதமான மனிதர்களை இந்த நாலு நாட்களில் அவள் பார்த்துக் கொண்டு இருந்தாள். இப்படியுமா மனிதர்கள் என்று அவள் மனது கேவியது.

அன்று ஒரு நான்கு மணி இருக்கும், அறுபத்து எட்டு வயது உள்ள பெண் அழகுன்னா அழகு, கலர்னா அப்படிப்பட்ட கலர் நரைத்த தலையாய் இருந்தால் கூட அந்த முகத்துக்கு பொருத்தமாக இருந்தது. மூச்சு திணறலுக்கு ஆக கொண்டு வரப் பட்டு இருந்தாள். மூச்சு திணறிக் கொண்டு இருந்தது அவளுடன் அறுபது வயது மதிக்க தக்க ஆண் ஒருவர் வந்திருந்தார் அந்த பெண்ணை ஐசியு க்குள் கொண்டு போனவுடன் அவர் வேஷ்டியின் மடிப்பில் மொபைல் எடுத்தார். பானு பக்கத்துல இருந்த நாற்காலியில் அமர்ந்தார். பானுவுக்கு அவர் பதட்டமாக இருந்தது தெரிந்தது

"சார் நான் எதாவது ஹெல்ப் பண்ணவா?" பானு கேட்டவுடன் அவர் நிமிர்ந்து

“அம்மா இந்த ரெண்டு நம்பர்க்கும் டயல் பண்ணி குடு..” என்று ஓரு பேப்பர் ஐ கொடுத்தார்.

பானு ரெண்டு நம்பரும் டயல் பண்ணினா ஒருவரும் எடுக்கவில்லை…

“என்ன பசங்கம்மா, பெத்தவளை தவிக்க விட்டுவிட்டு வீட்டுடன் மாப்பிள்ளையா போய் உக்காந்து இருக்காங்கம்மா. இள வயசு ஆச்சே. பொண்டாட்டி மோகத்துலயும் பணத்தாசையிலும் திரியரானுங்க. கடவுளுக்கு கண்ணே இல்லை இவனுங்களை எல்லாம் நிக்க வச்சி சுடணும்னு..” சொல்லி முடிக்கும் போது ஃபோன் ரிங் ஆகியது.

“ஹலோ, அம்மாக்கு உடம்பு சரியில்லை ஹாஸ்பிடலில் அட்மிட் பண்ணி இருக்கேன்..”

எதிர் முனையில் என்ன பதில் என்பது அவருடைய அடுத்த உரையாடலில் புரிந்தது

“நீ ஆஸ்ட்ரேலியா போ ஆப்பிரிக்கா போ எங்க வேணா போ இப்ப ஹாஸ்பிடல் வந்து டாக்டர் பாத்து பேசி விட்டு போ ” என்று ஃபோனை வைத்தார். இரண்டாவது பையனிடம் அதே மாதிரி பேச்சு. ஆனால் அவன் குவாலியர் போவதாக சொன்னான் போல இருக்கு ஏழு மணிக்கு சென்ட் வாசனையுடன் கையில கழுத்தில தங்கம் மின்ன அழகான ஒருத்தன் வந்தான். அழகுக்கு அம்மாவை

கொண்டு இருந்தான் "என்னது மாமா அம்மாக்கு..."

"ஒரே மூச்சு முட்டல் எனக்கு ரொம்ப பயமா ஆயிடுத்து.." இது அந்த மாமா

"கொரோனா டெஸ்ட் எடுத்து ஆச்சா மாமா..?" அதெல்லாம் எடுத்தாச்சு. மாமாவின் பதில்

அதற்குள் டாக்டர் வந்து விட டாக்டரிடம் பேசினான். அவன் "பிசினஸ் ட்ரிப் ஆக காலை மூன்று மணிக்கு பிளைட்டில் ஆஸ்ட்ரேலியா போவதாகவும், இப்போது எவ்வளவு பணம் கட்டணும்" என்றும் கேட்டான். டாக்டர் பதிலுக்கு காத்திராமல் அவனே ஓரு லட்சம் அனுப்புவதாக சில நிமிடங்களில் மனிதாபிமானம் காற்றில் பறந்தது.. பணம் கூகிள் பேல ஹாஸ்பிடல்க்கு பறந்தது

"மாமா நீங்க கொஞ்சம் பாத்துக்கோங்க உள்ள அம்மா வை போய் பார்த்தால் குளிக்க வேண்டியிருக்கும் நான் இங்கிருந்து நேராக ஏர்போர்ட் போறேன் வருகிறேன்" என்று சொல்லும்போது ஒரு 28 வயது மதிக்கதக்க ஒரு இளைஞன் வந்தான் அவன் இரண்டாவது மகனாக இருக்கும் போல.

பானு வேடிக்கை பார்க்க ஆரம்பித்தாள். புதிதாக வந்தவன் அண்ணாவிடம் "என்னாச்சு.." என்று கேட்டான் அதற்கு அவன் பதில் "ஒரு லட்சம் ரூபாய் ஹாஸ்பிடல்க்கு பே பண்ணிட்டேன் நீ ஐம்பதாயிரம் அனுப்பு" என்றான் இரண்டாவது முறையாக மனிதாபிமானம் காற்றில் பறக்க பணம் டிங்... என்ற சப்தத்துடன் அண்ணாவின் அக்கவுண்ட்க்கு பறந்தது.

"நான் கிளம்பறேன். ஆஸ்ட்ரேலியா போறேன்.." என்றான் அண்ணன் அதற்கு இளையவன் "நானும் குவாலியர் போணும் மூன்று கோடி ரூபாய் ப்ராஜெக்ட்.." என்றான்.அம்மாவைப் பற்றியோ அவர்கள் உடல் நிலை பற்றியோ இருவரும் ஒரு வார்த்தை கூட பேசவில்லை. பெரியவன் விடை பெற்றான்.

நர்ஸ் வந்து "மணி யாரு அம்மா கூப்பிடறாங்க.." என்றவுடன் அவன் நர்ஸிடம் " நான்தான் மணி அம்மாக்கு கொரோனா டெஸ்ட் எடுத்தாச்சா ரிசல்ட் வந்ததா.." னு கேட்டான். "டெஸ்ட் எடுத்தாச்சு ரிசல்ட் இனிமேல்தான் வரும்.." னு நர்ஸ் சொன்னா

அப்போது பானுவின் அம்மாக்கு சாப்பாடு குடுக்க அழைப்பு வர பானு எழுந்து உள்ளே போனாள.

இளையவன் உள்ளே வந்தான் கை இரண்டையும் பின்னே கட்டி கொண்டு நின்றான். தாயின் கை அவன் முகத்தை தடவ நீண்டது... ஆனால் அவன் தாயின் நீட்டிய நடு விரலில் இருந்து இரண்டு இன்ச் தள்ளியே நின்றான் கொரோனா பயம் அவனுக்கு. ஏற்கனவே வீக் ஆக இருந்த தூக்கிய கை அவனை தொட முடியாததால் ஆட்டோமேட்டிக் ஆக பெட்ல விழுந்தது. கண்களில் இருந்து கண்ணீர் பெருகியது.

"ஏண்டா நீ இங்க இருப்பியா.." இது அவன் அம்மா

"உன் கூட இருந்தா மூணு கோடி ரூபாய் ப்ராஜெக்ட் யாரு பாப்பா அதெல்லாம் பணம் குடுத்து ஹாஸ்பிடல் ல எல்லாம் ஏற்பாடு பண்ணியாச்சு.." இது மகன்

"உன் வொய்ப் குழந்தைகள் என்னை பார்க்க வருவாளா?" இது அம்மா

"ஏன் அவாளுக்கு கொரோனா வரணுமா? இது பையன்... தாய் மனது வலித்தது அவள் முகத்தில் தெரிந்தது

"சரி நான் வரேன் உடம்பை பார்த்துக்கோ.." என்று பெற்ற தாய் உடல்நிலை பற்றி சிறு கவலையும் இன்றி அங்கிருந்து விரைந்தான்.

பானு அம்மாவுக்கு இட்லி ஊட்டிக் கொண்டு இருந்தாள் அந்த தாய் பானு ஊட்டுவதையே பார்த்துக் கொண்டு இருந்தாள் கையை எடுத்து வயிற்றில் வைத்து பசி என்றாள். பானுவால் தாங்க முடியவில்லை நர்சைக் கூப்பிட்டு இவங்களுக்கு சாப்பாடு எப்போ வரும் என்று கேட்டாள். நர்ஸ் இன்னும் அரை மணி நேரம் ஆகும் என்றாள். பானுவுக்கு பாவம் ஆக இருந்தது இவள் கொண்டு வந்த இட்லியில் இரண்டு மிச்சம் அந்த தாயிடம்

"இட்லி சாப்பிடுகிறீர்களா.." என்று கேட்க உடனே சரி என்று தலை அசைத்தாள். அத்துடன் பானுவை அவள் ஏக்கமாக பார்த்தாள். அந்த பார்வை பானு மனசை அரித்தது

"நான் உங்களுக்கு ஊட்டவா?" அந்தத் தாயின் முகம் பிரகாசம் ஆனது.

பானு அந்த இரண்டு இட்லிகளை அவளுக்கு ஊட்டி தண்ணீரால் வாய் துடைக்க நர்ஸ் கொரோனா ரிசல்ட் நெகட்டிவ் என்று சொல்லவும் அவள் ரெண்டு கையையும் பானுவின் கைக்குள் வைத்து கும்பிடுவது போல் செய்தாள் பானு அவசரமாக அதை மறுத்தாள். பானுவுக்கு தன் தாய்க்கு ஊட்டியதை விட அந்தபெண்மணிக்கு ஊட்டியது மனம் நிறைந்தது

அவள் நர்சைக் கூப்பிட்டு "நான் இங்கே பக்கத்தில் தான் இருக்கிறேன். இந்த அம்மா டிஸ்சார்ஜ் ஆகும் வரை நானே சாப்பாடு கொண்டு வந்து ஊட்டறேன்.." என்று சொன்னாள்.

அந்த தாய் அவளை பார்த்த பார்வையில் பாசம், நன்றி, அன்பு எல்லாமே கலந்து இருந்தது.

பானு தன் கண் முன்னால் பணம் படுத்திய பாட்டை பார்த்த உடன் முதன் முறையாக தேவைக்கு அதிகமான பண வசதி தங்களுக்கு தராததற்கு கடவுளுக்கு நன்றி சொன்னாள்.

கண்ணன் கொடுத்த வரம்

பானு அந்த ஆத்துக்கு மூத்த நாட்டுப் பெண். விசாலம் ரகுவுடைய மூத்த பையன் கணேஷ் உடைய வொய்ப்... இரண்டாவது பையன் பாஸ்கர். விசாலம் ஒரு பெரிய கர்நாடக சங்கீத மேதை. சென்னையில் திருவையாறு, திருவையாறு தியாகராஜர் ஆராதனை மேலும் கர்நாடக சங்கீத சம்பந்த விழாக்களில் அவளுக்கு தனி மரியாதை. ரகு வேதத்தில் வித்தகர், தெரியாத ஸ்லோகம் இல்லை வாய் மணக்க ருத்ரம் சமகம் பாசுரம்னு எல்லாம் சொல்பவர். மூத்த பையன் கணேஷ்க்கு கல்யாணம் ஆன முதல் மூன்று வருஷம்

ஆத்துக்காரரும் பெண்டாட்டியும் டெய்லி சண்டை "இதோ பாருங்கோ கணேஷ்க்கு பொண்ணுதான் பிறக்கணும். நான் கர்நாடக சங்கீதம் கற்றுக் குடுத்து என் இடத்துக்கு அவளை கொண்டு வரணும்..''னு சொல்ல ரகு, "இதோ பாரு பையன் தான் பிறக்கணும் வேதத்தில் உள்ள நெளிவு சுளிவு அதனுடைய தாத்பர்யம் எல்லாம் சொல்லி குடுத்து வேதத்துல பெரிய வித்தகன் ஆக்குவேன்...'' என்பார்.

பானுவுக்கு இவர்கள் சண்டையை பார்க்க வேடிக்கையாக இருக்கும். மூன்று வருடத்துக்கு பிறகு மெது மெதுவாக இருவரும் இந்த மாதிரி பேசுவதை நிறுத்திக் கொண்டனர் பானுவுக்கு தெரியாதா ஏன் என்று திருமணம் முடிந்து 7 வருடம் ஆகி விட்டது இது வரை குழந்தை இல்லை. எதிர்பார்த்து ஏமாந்தாச்சு..

அடுத்த மாசம் மச்சினன் பாஸ்கருக்கு கல்யாணம் வீடு ஒரே கோலாகலமாக இருந்தது. வருகிறவரும் போகிறவரும் ஆக கல்யாணத்துக்குக்கு எடுத்த புடவை நகையை காண்பிக்க எடுப்பதும் உள்ளே வைப்பதுமாய் பொழுது ஓடியது.

மாலதியும் ஒரே பெண் என்பதால் அவள் அப்பா ரொம்பவே கிராண்ட் ஆக கல்யாணத்திற்கு ஏற்பாடு பண்ணியிருந்தார். கல்யாண நாளும் வந்து பாஸ்கர் மாலதி கழுத்தில் மூன்று முடிச்சு இட, மாலதி அடுத்தநாள் கட்டு சாத கூடை சகிதம் பாஸ்கர் உடன் மாமியார் ஆத்துக்கு வந்து சேர்ந்தாள்.

மாலதி வேலைக்கு போக பானு வீட்டு வேலை எல்லாம் செய்ய ,அப்பப்ப விசாலம் தான் ரகுவிடம் ரொம்பவே வருத்தப் படுவாள்.

“ இந்தப் பொண்ணு மாலதி வேலைக்கு போறேன்னு ஆத்துல துரும்பை தூக்கி போட மாட்டேன் என்கிறது என்னால முடிஞ்சது நான் செய்தாலும் பாவம் பானு தலை மேல எல்லா வேலையும் விழரது... கணேஷ்ம் ஜாடைமாடையா வருத்தப் படரது தெரியறது. இந்த பாஸ்கர் மாலதியை எதுவும் சொல்லறதுக்கே பயப்படறான்..” என்று.

பாஸ்கர் திருமணம் கழிந்த நாலாவது மாதம், டெய்லி 7 மணிக்கு வரும் இருவரும் நாலு மணிக்கே உள்ளே வர பாஸ்கர் அம்மா அப்பா இந்தாங்க ஸ்வீட் எடுத்துக்குங்க என சொல்ல அப்பா. என்ன என கேட்க “அம்மா இன்னிக்கு 3 மணிக்கு, மாலதி மயக்கம் போட்டு விழுந்துட்டான்னு மாலதி ஆபீஸ் ல இருந்து ஃபோன் வந்தது, உடனே நான் போய் அவளை கூட்டிண்டு நம்ம ஃபேமிலி டாக்டர் இடம் போனேன். மாலதி பிரகனென்டா இருக்கான்னு சொன்னா.ரொம்ப ஜாக்கிரதையாக பாத்துக்க சொன்னாங்க..” ன்னு சொன்னவன் மாலதி பின்னாடியே பெட்ரூம்க்கு ஓட விசாலம் ஸ்வீட் எடுத்து பானு கையில் குடுத்தாள்.

பானு, “அம்மா ரொம்ப சந்தோஷமா இருக்கு கடவுள் கண்ணை திறந்து விட்டார் இந்த

ஆத்துக்கு ஒரு வாரிசு வரப் போறது உங்களுக்கு ஒரு சிஷ்யை கிடைக்கப் போறாள்" என்று சொல்லி கொ ண்டே வா யி ல் ஸ்வீ ட்டை போ ட்டு கொண்டாள்.

விசாலத்துக்கு என்ன பெண் இவள். தனக்கு குழந்தை இன்னும் பிறக்கலியேன்னு கொஞ்சம் கூட வருத்தப்படாமல் இவ்வளவு சந்தோஷ படறான்னு நினைச்சுண்ட அவள் பின்னாடியே அது தான் பானு இதுதான் அவள் குணம் அடுத்தவர்கள் சந்தோஷத்தை தன் சந்தோஷமாக பாவிப்பது. கிருஷ்ணா இந்த பெண்ணிடம் உள்ள இந்த நல்ல குணத்திற்கு இவளுக்கு ஒரு குழந்தை யை குடு என்று வேண்டி கொண்டாள்.

நா ட்க ள் ந க ர்ந்த ன . வி சா ல ம் அ வ ஆத்துக்காரரிடம் "நல்ல நாளிலே எதுவும் செய்ய மா ட்டா இ ப்போ து பி ள்ளை வே று உண்டாகியிருக்கிறா ஒரு வேலை செய்வதில்லை மாலதி" என்று வருத்தப்பட்டு கொண்டாள்

ரூம்ல பானுவிடம் கணேஷ் "ஏன் பானு நமக்கு குழந்தை இல்லைங்கிற வருத்தம் துளி கூட காமிக்காம மாலதிக்காக எப்படி இவ்வளவு வேலையும் பண்ற?" என்று கேட்டதுக்கு பானு " இதோ பாருங்க நானும் ரத்தமும் சதையும் ஆ சை யு ம் உ ண ர்வு க ளு ம் உ ள்ள

மனிதப்பிறவிதான். அதனால அப்பப்ப பொறாமை குணம் தலை தூக்கும் அப்ப நானே அதுக்கு ஒரு அடி குடுப்பேன் இந்த குடும்பத்துக்கு ஒரு வாரிசு வரப் போறது அம்மா அப்பா சந்தோஷமா இருக்கா. பிறக்கப் போற குழந்தை என்னை பெரியம்மானு கூப்பிடப் போறது அதுனால இந்த மாதிரி பொறாமை

குணம்லாம் தலை தூக்க கூடாதுன்னு என்னை நானே கண்டிச்சுப்பேன்.." னு சொன்ன அவளை கணேஷ் பெருமையோடு பார்த்தான்.

மாலதியின் சீமந்தத்திற்கு நாள் குறிக்க பட்டது ..விசாலமும் ரகுவும் பேசி கொண்டு இருக்க ரகு விசாலத்திடம் "இதோ பாரு சீமந்தத்திற்கு உன் தங்கை வரப் போறா அவளுக்கு கொஞ்சம் வாய் நீளம். எதாவது பேசுறேன் சாக்கு ன்னு பானு மனதை காயப் படுத்தினா நான் சும்மா இருக்க மாட்டேன் பார்த்துக்கோ.." என்றார் விசாலமும் "ஆமாம் நீங்க சொல்வது கரெக்ட் தான் நம்ம ரெண்டு பேரும் இந்த சீமந்தம் முடிந்து எல்லோரும் போற வரையும் பானு மனசு நோகாம பார்த்துக்கணும். அபூர்வமான குழந்தை அவள்.." என்று சொல்லுவதை கதவின் பின்னா

லிருந்து கேட்டுக் கொண்டிருந்த பானு அங்கு மாட்டி யிருக்கும் குழல் ஊதும் கண்ணனிடம்

மானசீகமாக கேட்டாள் எனக்காக இல்லாவிட்டாலும் இவர்களுக்காவது எனக்கு ஒரு குழந்தையை கொடுக்க மாட்டாயா என்று அவள் அவனிடம் கேட்டு முடிக்கும் போது அவள் கடை இதழில் உப்பு கரித்தது அவள் கண்ணீரால்.

சீமந்தம் நடந்து முடிந்து மாலதி பிறந்த வீடு சென்றாள். சீமந்தம் முடியும் வரையும் பானு வின் மாமியாரும் மாமனாரும் ஒருத்தர் மாற்றி ஒருவர் பானுவின் பக்கம் இருந்து அவளை யாரும் எதுவும் பேசவிடாமல் அரண் போல் காத்தார்கள்

ஒன்பதாவது மாதத்தில் அழகிய பேரன் பிறந்தான். எல்லோரும் போய் குழந்தையை பார்த்து வந்தார்கள்.. பானு குழந்தையை தூக்கி கொஞ்சியது மாலதிக்கு ரசிக்கவில்லை என்று கணேஷ்க்கு தோன்ற அவன் பானுவிடம் கேட்க..." காமாலை கண்ணனுக்கு கண்டதெல்லாம் மஞ்சள் மாதிரி உங்க நினைப்பாலதான் உங்களுக்கு அப்படி தோன்றுகிறது.." என்று சிரித்து கொண்டே சொன்ன அவள், அவன் அந்த பக்கம் போனவுடன் கையில் இருந்த கர்ச்சீப்பால் கண்ணைத் துடைத்து கொண்டாள். அவளும் மாலதி இஷ்டம் இல்லாமல் குழந்தையை தன்னிடம் கொடுத்ததை கவனித்து இருந்தாள்.

சிசேரியன் அது இது என்றெல்லாம் சொல்லி ஒரு மாதிரி குழந்தை எட்டாவது மாதம் பூர்த்தியாகும் போது கொண்டு விட்டனர். பாஸ்கர் மாலதியை தலை மேல் தாங்கினான். குழந்தையின் பிறந்த நாள் வந்தது. எல்லா ஏற்பாடுகளும் பிரமாதமாக செய்தனர். பிறந்த நாள் முடிந்து தத்தக்கா புத்தக்கா என்று நடந்த குழந்தை டேபிள் நுனியில் இலேசாக முட்டி விட்டது. பெரிய காயம் இல்லை ஆனாலும் பாஸ்கரும் மாலதியும் பட்டு கொண்டு வந்தார்கள்.

மூன்று நாள் கழித்து பாஸ்கர் "அம்மா அப்பா நான் சொல்வதை கேட்டு நீங்கள் கோபப்படக் கூடாது. மாலதி உடைய அப்பா ஒரு த்ரீ பெட் ரூம் பிளாட் வாங்கி இருக்கார் எங்களுக்காக. குழந்தைக்கு இந்தாத்துல ஓடியாட இடம் இல்லை ரொம்ப கஷ்டப்படுறான் அதுனால வசதியா அவனுக்கு ஒரு ரூம் எங்களுக்கு ஒரு ரூம், கெஸ்ட் வந்தா ஒரு ரூம் னு த்ரீ பெட் ரூம் பிளாட் புக் பண்ணியிருக்கார் என் மாமனார். ." என்று சொல்லி முடித்தவுடன்

குழந்தையைத் தூக்கி கொண்டு இருந்த தாத்தா குழந்தையை கீழே எறக்கினார்.

பாஸ்கர் குழந்தையை தூக்கி கொண்டு தன் ரூம்க்கு போக அவர் விசாலத்திடம் "கேட்டாயா அவனுக்கு ஒரு ரூம் குழந்தைக்கு ஒரு ரூம்

அப்புறம் கெஸ்ட்க்கு ஒரு ரூம் உன் பிள்ளை நம்மளை கெஸ்ட் னு சொல்லாமல் சொல்றான். விடு நம்முடைய ஆசை நம்மோடு போகட்டும். ." என்றார்.

ஒரு நல்ல நாளில் மாலதியும் பாஸ்கரும் தனி குடித்தனம் போக, அனுப்பிவிட்டு உள்ளே வந்தவர்கள் பேச்சு மூச்சு இல்லாமல் விழுந்து கிடந்த பானுவை பார்த்து அலறினர். டாக்டரைக் கூப்பிட்டு காமிக்க பானு உண்டாயிருப்பதாக சொல்ல குடும்பமே மகிழ்ச்சியில் திளைத்தது.

விசாலம் பானுவை கையில் வைத்து தாங்கினாள். அவள் ஆசைப்படும் எல்லாம் செய்து குடுத்தாள். பானு அவளிடம் "அம்மா நான் ஆசைப் பட்டது எல்லாம் நான் கேட்காமலே செய்யரேள் நான் ஆசையா ஒண்ணு கேப்பேன் செய்வீர்களா? என கேட்க "தாராளமாக கேள்" என்றாள் விசாலம் "அம்மா எனக்கு டெலிவரி எங்க அம்மா ஆத்துக்கு போக வேண்டாமே நீங்களே இங்கேயே பாருங்.." க என்று சொன்னது தான் தாமதம் விசாலம் அவளை கட்டிண்டு "அதுக்கென்ன நானே பார்க்கிறேன் எனக்கு ரொம்ப சந்தோஷம்.." என்றாள்.

காத்துக் கிடப்பவர்களுக்கு கடவுள் கொடுக்கும் வரம் நிச்சயமாக டபுள் தமாக்கா ஆகத்தான்

இருக்கும் என்பதற்கு ஏற்ப பானு ரெட்டை குழந்தை ஒரு பெண் ஒரு ஆணாக பெற்று எடுத்தாள்.

மாமியார் மாமனாருக்கு ரொம்ப சந்தோஷம். ஆனால் குழந்தை பிறந்த பிறகு மாமியார் மாமனாரின் செயல்களில் வித்யாசம் தெரிந்ததை கவனித்தாள்

அவள் கணேஷ் இடம் என்ன அம்மா அப்பா "குழந்தைகளை தூக்குவதில்லை கவனித்தீர்களா?" என்று கேட்க கணேஷ்ம் "நானும் அதைதான் யோசித்து கொண்டு இருக்கிறேன்" என்றான்.

பானு ஹாலுக்கு வந்து மாமியார் மாமனார் இடம் "ஏன்பா இப்படி செய்கிறீர்கள்? எனக் கேட்க அவர்கள் அவன் ஒரு குழந்தைக்கே இடம் இல்லை எனக் காணாது என்று போய் விட்டான் இரண்டு குழந்தைகள் வேறு நாங்கள் இந்த குழந்தைகளிடம் கொஞ்சி மகிழ்ந்து கொண்டு இருக்கும் போது அவனை போல் நீங்களும் பிடுங்கி கொண்டு போனீர்கள் என்றால் தாங்க முடியாது அதை விட தள்ளி இருந்து ரசிப்போம் என்று முடிவு செய்து ஒதுங்கி இருக்கிறோம்..." என்றனர்.

“அப்பா நீங்க இந்த வீட்டை உங்கள் 138 ரூபாய் சம்பளத்தில் எப்படி லோன் எடுத்து கட்டினீர்கள் என்று என்னிடம் எத்தனை முறை சொல்லி இருக்கிறீர்கள். மேல் மாடி எல்லாம் கட்டப்பட ஆசைப்பட்டு பட் இரண்டு குழந்தைகள் படிப்பு செலவு அது, இது என்று செலவு கட்டுக்கு அடங்காமல் போனதால் கட்டவில்லை என்றும் சொல்லி இருக்கிறீர்கள் இந்த வீட்டை எங்கள் எல்லாரையும் விட ஏன் உங்களை விட நீங்கள் நேசிக்கிறீர்கள் என்று எனக்குத் தெரியும். அதனால் நாம் யாரும் இங்கே இருந்து போக வேண்டாம். என் குழந்தைகளுக்கு அதிக இடம் அவசியமில்லை அன்பான பாட்டி தாத்தா அப்பா அம்மா என்று நாம் எல்லோரும் தான் அவசியம்..” என்று சொன்ன பானு தன் பெண்ணை மாமியார் மடியிலும் பையனை மாமனாரும் மடியிலும் வைத்தாள்.

“இதோ பாருங்க இது உங்கள் பேரப் பிள்ளைகள் நீங்கள் முடிவு செய்தபடி என் பெண் கர்நாடக சங்கீதத்தில் மேதையாகவும், பையன் வேதத்தில் வித்தகன் ஆகணும் என்ன செய்வேள் எனக்கு தெரியாது இது உங்க கடமை..” என்றாள். மாமனாரும் மாமியாரும் சந்தோஷத்தில் குழந்தை களை உச்சி முகர்ந்ததை பார்த்த பானு கண்களில் கண்ணீருடன் அங்கு மாட்டியிருந்த கண்ணனிடம் :

கண்ணா நீ நான் சொன்னதை நல்ல காதுல வாங்கின போல அதுனாலதான் வரமா எனக்கு இரண்டு குழந்தையை அதுவும் ஆணும் பெண்ணுமாக குடுத்து எங்கள் எல்லோரையும் சந்தோஷப்படுத்தி இருக்கிறாய்.."

உனக்கு கோடி நமஸ்காரம் என்று அவள் புன்னகையுடன் சொன்னதை ரசித்தது போல கண்ணன் படம் ஒரு முறை ஆடி நின்றது.

நன்றி சொன்ன நந்தினி

ராதாவுக்கு மனசு வெறுத்தது. பெண்ணாய் பிறந்ததை நினைத்து எத்தனையோ முறை வருத்தப்பட்டாலும் இந்த முறை இந்த மாதிரி பெண் ஜன்மம் வேண்டாம் எனும் அளவுக்கு வெறுப்பு வந்தது அவளுக்கு. அவள் இந்த தாமு அய்யா வீட்டில் சமையலுக்கு வரும் போது அவளுடைய கடைசி பையன் ஆறு மாதம் கை குழந்தை இரண்டாவது பையன் மூன்று வயது முதல் பையன் ஐந்து வயது. மூன்று சிறு வயிறு இரண்டு பெரிய வயிறு நிரம்ப வேண்டும். கையாலாகாத கணவன். குடிகாரன். குடித்து வந்து சாப்பாட்டுக்காக அடிப்பவன் இரண்டு பேர் சாப்பிடுவதை ஒரே ஆளாய் சாப்பிட்டு காலை நீட்டி கொண்டு குறட்டை விட்டு கும்பகர்ணன் போல உறங்குபவன். இப்போது கடைசி பையனுக்கு நான்கு வயது.

இங்கு வேலைக்கு வந்தது ஒரு பெரிய கதை. கணவன் தன் சம்பாத்தியத்தில் இருந்து பைசா குடுக்காததால் பெற்ற குழந்தைகள் வயிற்றையும் தன் வயிற்றையும் காணாததற்கு தண்ட சோறு தின்னும் கணவனின் வயிற்றையும் நிரப்ப வேண்டிய

கட்டாயம். எல்லா ஆண்களும் இப்படியா இருக்கிறார்கள். அவள் அப்பா அவள் மாமா அவள் தோழியின் கணவன்மார்கள் எத்தனையோ பேரை அவள் பார்த்து இருக்கிறாள். அன்பான குடும்பங்கள் எத்தனையோ. ஆனால் அவள் தலை எழுத்து இப்படி ஒரு குடிகாரனுக்கு வாக்க பட்டு வாழ்க்கையில் கம்பி மேல் நடந்து கொண்டு இருக்கிறாள். இவள் கோவில் வாசலில் பூ விற்று கொண்டு இருக்கும்போது வந்த இவள் கணவன் பணம் கேட்டு தொல்லை பண்ண சண்டையிட்ட அவள் கூந்தலை பிடித்து அவன் இழுக்க தாமு அய்யாவும் அவள் பெண் நந்தினியும் எதேச்சையாக அங்கு வர இந்த காட்சியைப் பார்த்த அவர்கள் அவள் கணவனிடம் இருந்து விலக்கி விட்டனர். தாமு அய்யா ஓய்வுபெற்ற போலீஸ் என்பதால் அவர் உருவம் இவள் கணவனுக்கு பயத்தை உண்டு பண்ணியதால் அங்கிருந்து ஓடினான்.

நந்தினி அவளிடம் “என் அம்மா இறந்து மூன்று வருடம் ஆகிறது நீ என் அப்பாவுக்கு காலையிலும் நைட்டிலும் வந்து சமையல் செய்து வீடு பெருக்கி துணி தோய்த்து குடு. இருபதினாயிரம் சம்பளம் தருகிறேன் நான் வெளிநாட்டில் இருப்பதால் அப்பாவை ப்பற்றிய கவலை என் மனதை அரிக்கிறது நீ அப்பாவை உன் அப்பா போல பார்த்து கொள்வாயா?’ என்று கேட்டு

இவள் சரி சொல்லி இங்கே சேர்ந்து மூன்றரை வருடம் முடிந்து விட்டது. இத்தனை வருடம் ஒரு தந்தைக்கு மேல் பழகிய தாமு அய்யா இன்று நடந்து கொண்ட விதம் அவளை அருவருப்பு அடைய செய்தது. வேலையை விட்டால் இருபதினாயிரம் எங்கே கிடைக்கும் தாமு அய்யா இன்று அவள் கிச்சன்ல சமைக்கும் போது தவறுதலாக கால் தடுக்கி விழுந்தது போல அவளை கட்டி அணைத்தார்.

கொஞ்ச நாளாகவே அவளது பெண்மை அவளை எச்சரித்து கொண்டு தான் இருந்தது தாமு அய்யா பார்வை சரியில்லை என்று. இப்போது அவள் முள் மேல் இருப்பது போல இருந்தாள். வேலையும் விட முடியாமல் அவரிடம் இருந்து எப்படி தன்னை காத்து கொள்ள போகிறேன் என்ற கேள்விக்கும் பதில் தெரியாமல் திணறினாள். அந்த சமையல் அறையின் மூலையில் நின்று அழுவதை தவிர வேறு ஒன்றும் அவளுக்கு தோன்று வில்லை. வெகு நேரம் அழுத அவள் கடைசியாக மனத்தில் ஒரு தீர்மானம் செய்து கொண்ட பிறகு தான் அவள் மனம் அமைதி ஆகியது. ஒரு வாரமாக தாமு அய்யாவும் அமைதியாக அதே நேரத்தில் அவர் பார்த்த பார்வை எனக்கு என்ன பதில் என்பது போலவும் இருந்தது.

கிச்சன்ல வேலை செய்து கொண்டு இருந்த ராதாவுக்கு ஹால் ரூம்ல கேட்ட இரண்டு மூன்று குரல்கள் ஆச்சரியத்தை அளிக்க வெளியில் வந்தால் நந்தினியும் நந்தினியின் கணவனும் பெட்டி சகிதமாக வந்து இறங்கி இருப்பதை பார்த்தாள் அப்பாடி இவர்கள் இருக்கும் கொஞ்ச நாளைக்கு தனக்கு தாமு அய்யாவால் தொல்லை இல்லை என்று நினைத்தாள். நந்தினியின் கணவன் இவளை விழுங்குவது போல பார்த்ததை இவளும் தாமு அய்யாவும் ஏன் நந்தினியுமே கவனிப்பது இவளுக்கு புரிந்து கிச்சனுக்குள் போனாள்.

எப்போதும் போல சமையல் மற்ற வேலைகள் என்று ராதாவுக்கு நேரம் ஓட அன்று நந்தினி அவள் தோழியைப் பார்க்க போய் இருந்தாள். தாமு அய்யா ஹால் ரூமில் சோபாவில் அமர்ந்து இருந்தார். காப்பி வேணும் என்று கேட்டு வந்த நந்தினியின் கணவன் சற்று தவறுதலாக நடக்க இதை அங்கு வந்த தாமு அய்யா கவனிக்க நந்தினியின் கணவன் காப்பி டம்பளர் உடன் சோபாவில் வந்து உட்கார்ந்தான்.

தாமு அய்யா மனது கனத்தது "ஐயோ கிளியை வளர்த்து பூனை கையில் குடுத்து விட்டேன் போல. நான் இங்கு சோபாவில்

உட்கார்ந்து இருக்கிறேன் என்று அவன் கவனிக்கவில்லை போல. ராஸ்கல். ஏக பத்தினிவிரதன் ராமனைப் போல மாப்பிள்ளை நல்லவனாக இருப்பான் என்று நினைத்து பெண்ணை குடுத்தது தப்புதான். எவ்வளவு துணிச்சல் இன்னொரு பெண்ணை எப்படி தொடுவான்..." என்று நினைக்கும் போது அவர் மனம் அவரை தட்டி எழுப்பியது. தன் பெண்ணின் வயதே ஆன தன்னை தந்தை போல நினைத்த ராதா விடம் அவர் நடந்து கொண்ட விதம் அவர் மனதை கூச செய்தது. இருக்கும் வரை தான் மனைவியா, இறந்தால் அவளுக்கு துரோகம் செய்யலாமா முப்பது வருடம் உன்னுள் அவள் இருந்தாளே இப்போது எங்கே போனாள் நீ இறந்தால் உன் மனைவி எப்படி உன் நினைவில் இருந்து இருப்பாள் இது போலத்தான் நடப்பாளா நீ மனிதனா இல்லை சதைக்கு ஆசைப் படும் மிருகமா என்று அவர் மனசாட்சி அவரை கேள்வி கேட்க அவசர அவசரமாக கிணற்றடி சென்றவர் தன் துணியைக் கூட களையாமல் இரண்டு வாளி தண்ணீரை தலை வழியாக மொண்டு விட்டு கொண்டார்.

ஈரத்துணியுடன் தன் மனைவி போட்டோ அருகில் நின்றவர் தன் இரு கை கூப்பி வணங்கினார். செய்த தவறுக்கு மன்னிப்பு

கேட்டார். சஷ்டி கவசத்தை யூ ட்யூபில் உரக்க போட்டார். நேராக கிச்சனுக்கு சென்றவர் ராதாவிடம் “அம்மா என்னை மன்னித்து விடு. என் மனைவி இறந்த பின் எந்த பெண்ணையும் ஏறெடுத்துப் பார்க்காதவன் நான். என் மனதிற்குள் எப்படி இப்படி ஒரு மிருகம் புகுந்தது தெரியவில்லை என்னை உன் தந்தையை போல எண்ணி தைரியமாக என் வீட்டில் நடமாடிக் கொண்டு இருந்த உன்னை என் உள்ளே இருந்த மிருகம் பயந்து ஒளிந்து நடமாட வைத்ததை புரிந்து கொண்டேன் என்ன மன்னித்து கொள் இனி நந்தினியை போல நீயும் எனக்கு ஒரு பெண். என்ன மன்னித்து விட்டேன் என்று ஒரு வார்த்தை சொல்லம்மா.என் மாப்பிள்ளை உன்னிடம் நடந்து கொண்டது நந்தினி க்கு தெரிய வேண்டாம் தெரிந்தால் அவள் உடைந்து போய் விடுவாள் அவர் சார்பில் நான் உன்னிடம் மன்னிப்பு கேட்கிறேன்..” என்று அவள் காலில் விழ நேற்று வரை தாமு அய்யா என்று கூப்பிட்ட அவள் “அப்பா எழுந்திருங்க. நான் யாரு உங்களை மன்னிக்க. அந்த முருகன் உங்களுக்கு புரிய வைத்து விட்டான் நடந்ததை ஒரு கெட்ட கனவாக நினைத்து மறந்து விடுங்கள்..” என மெல்லிய குரலில் கூற இதையெல்லாம் காதில் வாங்கி கொண்டு இருந்த நந்தினியின் கணவன் அங்கு வந்த நந்தினிக்கு

தம்ஸ்அப் காண்பிக்க நந்தினி நிம்மதியுடன் வீட்டில் நுழைந்தாள்.

தாமு அய்யா நந்தினியிடம் "நான் கோவிலுக்கு போய் வருகிறேன்" என்று சொல்லி கிளம்ப அங்கு வந்து நின்ற ராதாவை இருவரும் சோபாவில் உட்கார சொன்னார்கள்.

நந்தினியின் கணவன் ராதாவிடம் "சிஸ்டர் என்ன மன்னித்து விடுங்கள் இது என் மாமாவிற்கு அவர் நிலையை புரிய வைக்க நானும் நந்தினியும் நடத்திய நாடகம். என்னதான் நாடகம் என்றாலும் நான் நடந்து கொண்ட விதத்திற்கு என்னை மன்னித்து விடுங்கள்.." என்றார்.

தொடர்ந்து நந்தினியும் ராதாவிடம் "ரொம்ப தேங்க்ஸ் ராதா நீ எனக்கு அப்பாவின் நடத்தை பற்றி ஃபோன் செய்தது நல்லதாக போச்சு. அப்பா இயல்பில் நல்ல குணம் உடையவர் அன்பானவர் அவர் மனதில் இப்படி ஒரு சஞ்சலம் உருவாகும் என்பதை நான் எதிர்பார்க்கவில்லை. அதனால் அவருக்கு ஒரு ஷாக் ட்ரீட்மெண்ட் தேவைப்படுகிறது என்று எனக்கு பட்டது. தனக்கு உரிமை இல்லாத ஒன்றை ஒருவர் தொடுவது எவ்வளவு பெரிய தப்பு என்பதை அவர் உணர்ந்து விட்டார். நீ தயவு செய்து அப்பாவை தனியாக விட்டு போய் விடாதே அவருக்கு இன்னொரு

மகளாய் நீ இருந்து பார்த்துக்கணும்.." என்று ராதாவின் கை பிடித்து சொல்ல அதற்கு சம்மதம் என்று தலையை ஆட்டிய ராதா "ஆனா நந்தினி, அப்பா மாப்பிள்ளையை தப்பாக நினைத்து விட்டார் அதை எப்படி சரி செய்ய.." என கேட்க அதற்கு நந்தினி "என் கணவர் பற்றி எனக்கு மட்டும் தெரிந்தால் போதும் அப்பா உன்னிடம் நடந்து கொண்ட முறை என் கணவனுக்கு தெரியும் என்று தெரிந்தால் என் அப்பா அதை தாங்கி கொள்ள மாட்டார் அதனால் இதை இப்படியே விட்டு விடு நாங்கள் நாளை ஊருக்கு கிளம்பறோம்.." என்றாள்.

மறுநாள் நந்தினியும் கணவனும் ஊருக்கு கிளம்ப மாப்பிள்ளையின் கையை பிடித்து கொண்ட தாமு அய்யா "மாப்பிள்ளை உங்களுக்கு ஒரு சின்ன அட்வைஸ் ஆண் என்பவன் அவனுடைய வாழ்க்கையில தகப்பன் ஸ்தானம் சகோதரன் ஸ்தானம் கணவன் ஸ்தானம்

என்ற மூன்று ஸ்தானங்களை வகிப்பவன் தகப்பன் எப்போதும் தன் குழந்தைகளுக்கு மட்டும் தகப்பனாக இருக்கிறான் சகோதரன் எப்போதும் தன் உடன் பிறந்தவர்களுக்கு மட்டும் சகோதர னாக இருக்கிறான் அது போல கணவன் என்பவன் தன் கட்டிய மனைவிக்கு மட்டும் அவள் உயிருடன்

இருந்தாலும் இறந்தாலும் கணவனாக இருக்க வேண்டும். அதுதான் அவள் அவனுடன் வாழ்ந்த, வாழும் வாழ்க்கைக்கு அவன் அவளுக்கு செலுத்தும் உண்மையான நன்றிக் கடனாகும். நான் எதற்காக இதையெல்லாம் சொல்கிறேன் என்று நீங்கள் புரிந்து கொண்டு இருப்பீர்கள் நந்தினியை நன்றாக பார்த்து கொள்ளுங்கள்.." என்று சொன்னதும் நந்தினியின் கணவன் அவளை அர்த்தத்துடன் பார்க்க அவர்கள் இருவரும் கை அசைக்க அவர்களை சுமந்து நின்ற கார் ஏர்போர்ட் நோக்கிப் பறந்தது. நந்தினி காரினுள் தன் கணவனின் தோளில் சாய்ந்து அவனுக்கு நன்றி சொன்னாள்.

மனதில் ஒரு மத்தாப்பு

கலிஃபோர்னியாவில் தன் வீட்டில் உட்கார்ந்து டீ குடித்து கொண்டு இருந்த சுமதிக்கு பழைய நினைவுகள் மனதில் அலை பாய்ந்தது. அதற்கு காரணம் அவள் ஆபீசில் ஆறு மாசத்துக்கு முன்னாடி ஜாயின் பண்ணின ராஜன். அவன் அவளின் ப்ராஜக்ட் ஹெட். அவள் சீனியர் அதிகாரி என்பதால் அவனை டெய்லி இரு முறையாவது மீட் பண்ணி ப்ராஜக்ட் பற்றி பேச வேண்டி இருந்தது. அவனும் இந்தியன். அதுவும் அவள் ஊரான திருநெல்வேலியில் இருந்து வந்தவன் என்பதால் அவளிடம் அதிக உரிமை எடுத்து கொண்டான். எப்போதெல்லாம் சவுத் இந்தியன் ஃபுட் சாப்பிடும் ஆசை வருதோ அப்போது எல்லாம் ரைட் ராயல் ஆக இவள் வீடு தேடி வந்தான்.

அவளுடைய 22 வயதில் இருந்து இந்த 30 வயது வரை எந்த சலனமும் இல்லாமல் தண்டவாளத்தில் ஒழுங்கா ஓடிக் கொண்டு இருந்த அவள் வாழ்க்கை ராஜனின் வரவுக்கு பிறகு இப்போது அடிக்கடி ட்ராபிக் ஆகத் தொடங்கியது. அது மனதுக்கு கஷ்டம் என்றால் அதை வெளிக்காட்டாமல்

சமாளிக்க அவள் மிகவும் கஷ்டப்பட வேண்டி வந்தது. ராஜனுக்கு திருமணம் ஆகி இருக்குமா என்று மனசு யோசிக்க ஆரம்பித்தது ஆனால் தன் திருமணம் பற்றி யோசிக்க அவள் ஒண்ணும் திருமணம் ஆகாதவள் இல்லை. அவள் திருமணம் எல்லாம் ஒரு திருமணத்தில் சேர்த்தியே இல்லை என்று அவள் நினைத்தாலும் அவள் மனசு அவளை நீ ஒரு விடோ என்று இடித்துக் காட்டியது.

அப்படியே பின்னுக்கு பாய்ந்தது அவள் நினைவுகள். அம்மா அப்பாவிற்கு ஒரே பெண் அத்தனை செல்லம். பி. ஈ கோல்ட் மெடலிஸ்ட்... பிஈ முடித்து எம்எஸ் க்காக யுஎஸ்ஏ ல நிறைய யூனிவர்சிட்டி அப்ளை பண்ணி இருந்தாள். அன்று வியாழக்கிழமை. அம்மா அப்பா அவள் மூன்று பேரும் சாய்பாபா கோவிலுக்கு போய் வந்தனர். மூவரும் உள்ளே வர கப்பல் போல ஒரு கார் வீட்டு வாசலில் வந்து நின்றது. அதில் இருந்த ஒரு 55 வயசு மதிக்கத்தக்க ஒருவரும் ஒரு 50 வயசு அம்மாவும் இறங்கினாள்.அந்த அம்மாவை பார்த்த உடன் அவர்களின் அந்தஸ்தை புரிந்து கொள்ள முடிந்தது. கழுத்துலேயே ஒரு கிலோ தங்கம் இருக்கும் போல.

உள்ளே வந்தவர்கள் தன்னைத் தானே அறிமுகப்படுத்தி கொண்டனர்.அவர் ஒரு ரிசார்ட்

ஓனர் என்றும் 26 வயதில் ஒரு பையன் இருப்பதாகவும் நீங்கள் சம்மதித்தால் உடன் திருமணம் வைத்து கொள்ளலாம் என்றனர். அப்பா அந்த ரிசார்ட் பெயரைக்கேட்டவுடனே முகம் மலர்ந்தார்

அடுத்ததாக அப்பா திருமணத்திற்கு சம்மதிக்க மாட்டேன் என்று சொல்லி விடுவார் என்று எதிர்பார்த்த அவளுக்கு பயங்கர ஷாக். விட்டால் இப்போதே அவருடன் அவளை அனுப்பி விடுவார் போல் இருந்தது. அப்பா இவளுடைய ஜாடைகளை கண்டும் காணாதது போல் இருந்தார் நாளை பையனுடன் வருவதாகவும் சொல்லி சென்றனர்.

அவர்கள் கிளம்பியவுடன் இவள் அப்பாவிடம் "அப்பா நான் எம் எஸ் படிக்கணும் இப்போ கல்யாணம் வேண்டாம்.." என்று சொல்ல அப்பாவும் அம்மாவும் வர லட்சுமியை யாரும் வேண்டாம் என்று சொல்வார்களா. நம் உறவுகளே மாய்ந்து போகும் இந்த சம்பந்தத்தை பார்த்து. நீ ரொம்ப அதிர்ஷ்டக்காரி. எங்கள் இருவர் மேல் உண்மையான பாசம் இருந்தால் ஒத்து கொண்டு தான் ஆக வேண்டும் என்று பிளாக் மெயில் செய்து ஒத்துக் கொள்ள வைத்தார்கள்.

மறுநாள் அவளை பார்த்த சுதன் ஓகே சொல்ல அவர்களின் ரிசார்ட் இருந்ததால் மண்டபம் தேடாமல் அடுத்த வாரமே புதன் கிழமை திருமணம் என்று முடிவாகியது. நான்கே நாட்கள் சனிக் கிழமை மாலை 5 மணிக்கு சுதன்க்கு ஹார்ட் அட்டாக் வந்து அவதிப்பட ஐந்து நிமிஷத்தில் அவன் உயிர் பிரிந்தது. கூடத்தில் அவன் உயிரற்ற உடம்பு கிடத்தப்பட்டு இருந்தது. வந்தவர்கள் எல்லோரும் அவளை பரிதாபமாக பார்த்தனர்.

சுதனின் அம்மா ஒரு பக்கம் கதறி அழ அப்பா பித்து பிடித்தது போல் சேரில் உட்கார்ந்து இருந்தார் சுமதிக்கு அம்மா அப்பா வந்து விட்டால் தேவலாம் என்று தோன்ற அம்மாவும் அப்பாவும். பெரிதாக அழுது கொண்டு உள்ளே வந்தனர். அம்மா வேறு அவள் கையை பிடித்து போட்ட மருதாணி கூட அழியல அதுக்குள்ள இப்படி ஆண்டவனே உனக்கு கண் இல்லையான்னு கதறினாள். அழாமல் நின்று கொண்டு இருந்த சுமதியை அம்மாவும் அப்பாவும் பக்கத்து ரூம்க்கு கூட்டி சென்றனர். அம்மா அவளிடம் "உன் வாழ்வே பாழாகி இருக்கு உனக்கென்ன துளி கூட அழுகை வரல ஏன் இப்படி இருக்க?".. ன்னு கேட்டதும் சுமதிக்கு பயங்கர கோபம் வந்தது

"அம்மா நான் இந்த கல்யாணத்தை கேட்டனா. சுதன் என்ன வந்து பார்த்தது வெள்ளிக் கிழமை.. திருமணம் அடுத்த புதன் கிழமை. அவனை ஒரு வாரமாகத்தான் எனக்கு தெரியும். இந்த நான்கு நாட்களிலும் உறவினர்கள் புடை சூழ தான் இருவரும் இருந்தோம். இரவு 11 30 மணிக்கு ரூம்க்கு போனவுடன் அவன் டயர்டா இருக்கு என்று தூங்கி விடுவான். நீங்கள் ஏற்பாடு பண்ணியது போல் எங்கள் இருவருக்குள்ளும் எதுவும் நடக்கவில்லை. இந்த நான்கு நாட்களில் அவன் மொத்தமாக என்னுடன் பேசியது வெறும் 1. 30 மணி நேரம் தான். அவன் சாவு எந்த விதத்தில் என்னை பாதிக்கும் என்று நினைக்கிறீர்கள். தாலி கட்டிய உடன் பாசம் தானாக வந்து விடும் என்ற உங்கள் பத்தாம் பசலித்தனமான கொள்கை எல்லாம் என்னால ஒத்து கொள்ள முடியாது.அவனை நான் இன்னும் என் கணவன் என்ற பந்தத்தில் நினைத்துப் பார்க்கவே இல்லை. என்னுடன் நான்கு நாளாக இருந்த ஒரு சக மனிதன் இறந்தான் என்ற வருத்தம் மட்டும் தான் எனக்கு இருக்கு. தயவு செய்து என்னை மற்றவர்களுக்காக ட்ராமா போட சொல்லாதே.." என்று சொல்லி ரூமை விட்டு வெளியே வந்த அவளுக்கு மற்றவர்களின் பரிதாபப் பார்வை இன்னும் கோபத்தை தூண்டியது.

எல்லாவற்றையும் பல்லை கடித்து பொறுத்துக் கொண்டாள்.

சுதனின் இறுதிக் காரியங்கள் முடிந்த மறுநாள் சுமதி நேராக சுதன் அப்பாவிடம் போய் "அங்கிள் எனக்கு இந்த சாஸ்திர சம்பிரதாயங்கள் நம்பிக்கை எல்லாம் இல்லை. உங்கள் பையன் எனக்கு கொடுத்தது இதுதான் இதை நான் உங்களிடம் கொடுத்து விடுகிறேன்.." என்று அவள் அம்மா அப்பா எவ்வளவோ தடுத்தும் கேட்காமல் தாலியைக் கழற்றி அங்கு வைத்தவள் "அம்மா அப்பா நாம் நம்ம வீட்டுக்கு புறப்படலாம்" என்றாள்.

சுதன் அம்மா பார்த்த பார்வை சுதனுக்காக எமனை இவள் தன்னுடன் கூட்டி வந்தது போல் இருந்தது. மரியாதை நிமித்தம் ப்ளஸ் வயசில் பெரியவர்கள் என்பதால் காலில் விழ சுதன் அம்மா நகர்ந்து கொண்டாள்.. சுதன் அப்பாவின் ரெண்டு சொட்டு கண்ணீர் குனிந்து இருந்த அவள் புறங்கையில் விழுந்தது அவர் தன் கையை அவள் தலை மேல் வைத்து ஆசீர்வாதம் செய்தார். திருமணம் முடிந்து கணவர் வீட்டில் வாழ்வதற்காக வேண்டிய எல்லா சாமான்களையும் வைத்து பேக் பண்ணிய பெட்டி, கணவன் வீட்டில் திறக்கப்படாமல் அப்படியே அம்மா வீடு திரும்பி வந்தது.

ஈவினிங் மெயில் பார்த்த அவளுக்கு மகிழ்ச்சியில் தலை தட்டாமாலை சுற்றியது அவள் எதிர்பார்த்த டாப் மோஸ்ட் யுனிவர்சிட்டியிலிருந்து அட்மிசன் வந்து இருந்தது. அப்பாவும் அம்மாவும் வானமே இடிந்து விழுந்ததை போல் ஹால்ல உட்கார்ந்து இருந்தனர்

ஹாலுக்கு போன அவள் அப்பாவிடம் விஷயத்தை சொல்ல அவர் "சுதன் அப்பாவிடம் ஒரு வார்த்தை கேக்கணும் ஏன்னா நீ சட்டப்படி சுதனின் மனைவி அதனால் இப்போது அவர்களுக்கு உன் மேல் பொறுப்பு அதிகம்" எனவும் சுமதி க்கு பயங்கரமாக கோபம் வந்தது.

ஆனால் எதாவது பேசி அப்பா கோபத்தை கிளறினால் போக வேண்டாம் என்று கூட சொல்லி விடுவார் என்பதால் "சரி கேட்டு சொல்லுங்கள் நெக்ஸ்ட் மன்த் கிளம்பணும்.." என்றாள்.

மார்னிங் ஹால் ரூம்ல பேச்சு சத்தம் கேட்டு அவள் வெளியே வர சுதன் அப்பா பேசிக் கொண்டு இருந்தார். இவளைப் பார்த்ததும் "வாம்மா எப்படி இருக்க?" என்று கேட்கவும் "நல்லா இருக்கேன் அங்கிள்.." என்றாள்.

“ஏன் மாமான்னு கூப்பிட மாட்டாயா..? என்று சுதன் அப்பா கேட்க “உங்களை அங்கிள் னு கூப்பிடறது எனக்கு கம்பர்டபுளா இருக்கு “ன்னு சொன்னதும் அவரும் “ஓகேம்மா உன் இஷ்டம் யுஎஸ் யூனிவர்சிட்டியில அட்மிஷன் வந்து இருக்காமே தாராளமா போய் படி மா..” என்று சொன்னதும் சுனிதா மனசு நிம்மதியானது. அவள் தந்த காப்பியைக் குடிச்சுட்டு அவர் கிளம்ப சுனிதா யு எஸ் ஏ க்கு டிக்கெட் பார்க்க கம்ப்யூட்டரை ஓபன் பண்ணினாள்.

இரண்டு வாரத்தில் டிக்கெட் புக் செய்ய அம்மா அப்பா சுதன் அப்பா எல்லோரும் வந்து வழி அனுப்ப யுஎஸ்ஏ வந்து படிப்பு முடித்து வேலையில் சேர்ந்து இன்றுடன் எட்டு வருடம் முடிகிறது. இதற்கிடையில் அப்பாக்கு ஹார்ட் அட்டாக் என்று இந்தியா போக அப்பா இவளைப் பார்த்த நிம்மதியில் கண் மூட மூணாவது நாள் அம்மாவும் அப்பாவை தேடிப் போக தனி ஆளாக நின்ற சுனிதாக்கு சுதன் அப்பா தான் எல்லா உதவியும் செய்தார் வீடு எல்லாம் காலி செய்து சாமான்களையெல்லாம் டிஸ்போஸ் பண்ணி அவளை கவலை இல்லாமல் எல்லாம் முடித்து யுஎஸ்ஏ திரும்ப ஏற்பாடு செய்தார்.

இதெல்லாம் யோசித்து முடிக்கவும் வாசலில் காலிங் பெல் அடிக்க இது நிச்சயம் ராஜன் ஆகத்தான் இருக்கும். நேற்று தோசைக்கு அரைத்தது அவனுக்கு மூக்கில் வேர்த்து இருக்கும் என்று நினைத்து கதவை திறந்தா அவள் முன் ராஜன் நின்றான்.

அவனுக்கு உள்ளே வர வழியை விட்டு கதவை சாற்றிக் கொண்டு வந்தவள் ராஜன் தோசை என கேட்க அவன் கை கழுவி நேராக டைனிங் டேபிள்ல உட்கார்ந்தான்.

அவனுக்கு தோசை வார்க்கும் போது வாட்ஸ் அப் மெசேஜ் வரிசையாக வந்து விழ அதை பார்த்து கொண்டு இருந்த அவளிடம் ராஜன். ”ஏதாவது அர்ஜெண்டா..” என கேட்க “ஆமாம் எனக்கு தெரிந்த அங்கிள் நாளை மறுநாள் யுஎஸ் வருகிறார் தங்குவதற்கு வசதி பண்ண முடியுமான்னு கேட்டார். என் வீட்டில் தங்கலாம் என்று சொன்னேன் நாளன்னைக்கு ஏர்போர்ட் போணும் நான் லீவு..” என்றாள்

ராஜன் அவசர அவசரமாக “சாரி சுனிதா நாளை மறுநாள் கிளையண்ட்ஸ் மீட்டிங் ஏற்பாடு பண்ணி இருக்கு. நீதான் ப்ரொஜெக்ட் மெயின் ஆள். நான்

இல்லைன்னாலும் நீ மேனேஜ் பண்ணிடுவ ஆனா நீ இல்லாமல் மேனேஜ் பண்ண முடியாது..” என்றான்

சுனிதா “ஏர்போர்ட் கண்டிப்பா போயாகணும்..” என சொல்ல ராஜன் “நோ ப்ராப்ளம் அவர் போட்டோவை எனக்கு அனுப்பு நான் அவரை பிக் அப் பண்ணி உன் வீட்டில் விடுகிறேன்..” எனவும் சுனிதா அவர் போட்டோ பிளைட் விபரங்களை ராஜனுக்கு அனுப்பி வைத்தாள்.

அன்று காலை ராஜன் க்கு ஃபோன் பண்ணி ஏர்போர்ட் போவது பற்றி நினைவுபடுத்தி விட்டு ஆபீஸ் கிளம்பினாள். ஈவினிங் வரை ராஜன் ஆபீஸ் வரவில்லை போனும் இல்லை.. இவள் அவசர அவசரமாக கார் எடுத்து கொண்டு வீட்டிற்கு வர வீட்டு லானில் ராஜனும் சுதன் அப்பாவும் ஜாலி ஆக சிரிச்சு பேசி கொண்டு இருந்தார்கள். இவளைப் பார்த்ததுமே சுதன் அப்பா

“வாம்மா எப்படி இருக்க? நன்றிமா ராஜனை அனுப்பி அறிமுகம் செய்ததற்கு… ராஜன் ரொம்ப நல்ல பையன். நான் மிகவும் ஜாலியாக இருக்கிறேன் ராஜனுடன். .”

“ஓகே அங்கிள் சாப்பிட்டீங்களா?”

“சாப்பிட்டீங்களாவா நல்ல பசி ரெண்டு பேரும் எல்லாத்தையும் காலி பண்ணியாச்சு...”

"பரவாயில்லை அங்கிள்..ஆன்ட்டி எப்படி இருக்காங்க..?"

"நல்லா இருக்காம்மா உன்னை கேட்டதா சொன்னா.."

மறுநாள் ப்ரோகிராம் பற்றி சுதன் அப்பா ராஜனிடம் பேச இடைமறித்த சுனிதா

"அங்கிள் நான் உங்களை கூட்டிக் கொண்டு போகிறேன் ராஜன்க்கு எதுக்கு வீண் சிரமம்?"

"சுனிதா நான் சிரமம் னு சொல்லலியே..எனக்கும் இவருடன் நேரம் கழிக்க சந்தோஷமாகத்தான் இருக்கு.." என ராஜன் சொல்ல

"என்னவோ பண்ணுங்கள்.." என்று சொல்லி சுனிதா உள்ளே போனாள்.

சுதன் அப்பா இருந்த ஒரு மாசமும் ராஜனும் சுனிதா வீட்டிலேயே இருந்தான்.. மூவரும் நைட் சாப்பிடும் போது பாலசந்தர் டைரக்‌ஷன் இளையராஜா இசை கமல் நடிப்பு இந்தியன் கிரிக்கெட் என எல்லா சப்ஜெக்ட்ம் கலகலக்கும். சுனிதாவுக்கு தானா இப்படி இருக்கிறோம் என்று தன்னை பற்றியே ஆச்சர்யமாக இருந்தது கூட்டுக்குள் இருந்த லாவா புழு மெதுவாக தலை

நீட்ட ஆரம்பிக்கிற மாதிரி அவள் ஆசைகள் மெதுவாக வெளியே வர ஆசைப் பட்டது.

ஒரு நாள் நைட் அவசரமாக சொல்லி விட்டு கிளம்பிய ராஜன் மறுநாள் வரவில்லை ஆபீசில் அவனைப் பற்றி எந்த இன்ஃபர்மேஷனும் இல்லை இரண்டு மூன்று நாள் கடக்கும் போதே சுனிதாவுக்கு பைத்தியம் பிடித்து விடும் போல இருந்தது ராஜன் போனும் ஸ்விட்ச் ஆஃப் மெயிலுக்கும் நோ ரிப்ளை. சுதன் அப்பாவிடம் ஏதாவது சொல்லி போனானா என்று கேட்க அவர் “இல்லம்மா நானே அவனை ரொம்ப மிஸ் பண்றேன்..” என்றார்.

நான்கு நாள் போன பிறகு அவள் “அங்கிள் நாம் ராஜன் வீட்டிற்கு போய் பார்த்து வரலாம்..” என்று சுதன் அப்பாவுடன் கிளம்ப ராஜன் கார் வீட்டில் இருந்தது ஆனால் வீடு பூட்டி இருந்தது.

“அங்கிள் இன்றுடன் ராஜன் நம்மிடம் பேசி ஐந்து நாட்கள் ஆகிறது நாளையும் அவனைப் பற்றி எதுவுமே தெரியவில்லை என்றால் போலீஸ்ல கம்ப்ளைன்ட் குடுக்கலாம்..” என்றாள்.. “மொபைலை மறந்தும் அவள் கையில் இருந்து கீழே வைக்கவில்லை. இது வரை ராஜனுக்கு அறுபது தடவைக்கு மேல ட்ரை பண்ணி விட்டாள்.

ராஜன் மேல் பயங்கர கோபம் வந்தது பொறுப்பில்லாத ஆள்" என்று திட்டினாள்.

"ஏம்மா இவ்வளவு டென்ஷன் ஆகிற? அவன் என்ன சின்ன குழந்தையா வந்து விடுவான் கவலைப்படாதே.." என்றார்.

ராஜன் இல்லாத இந்த ஒரு வாரத்தில் ராஜனை தன் மனசு எந்த இடத்தில் வைத்து இருக்கிறது என்று புரிந்து கொண்டாள். உலகமே சூன்யமானது போல தோன்றியது அவளுக்கு

சனிக்கிழமை காலை மாடியில் இருக்கும் பெட்ரூம் போக ஆறு படி ஏறியவள் வாசலில் கார் ஹாரன் கேட்டவுடன் ராஜன் ஆகத்தான் இருக்கும் என்று எண்ணி ஆறு படியையும் இரண்டே எட்டில் இறங்கினதை பார்த்து கொண்டு இருந்த சுதன் அப்பாவுக்கு மனதில் சின்ன மகிழ்ச்சி உண்டானது.

கதவைச் திறந்த அவள் அங்கு நின்ற ராஜனின் நெஞ்சில் இரு கையாலும் மாறி மாறி குத்தி "ஏன் இப்படி செய்தீர்கள் உங்களை ப் பார்க்காமல் என் உயிர் என் உடம்பில் இல்லை.." என்று பெரிதாக அழுத அவள் சுதன் அப்பாவை பார்த்து விட்டு தன் செயலுக்காக வெட்கி தலை குனிந்தாள்.

உள்ளே ராஜன் சிரித்துக் கொண்டே வர சுதன் அப்பா உட்காரும்மா "சுனிதா நான் இப்போ

ரொம்ப சந்தோஷமா இருக்கேன் நான் இங்கே வந்தது பிசினஸ் ட்ரிப் இல்லை. ஒரு பர்சனல் ட்ரிப் அதுவும் என் பையனின் விருப்பத்துக்காக.." என்றார்.

"உட்கார் சொல்கிறேன் நான் என் மகன் இறந்த வருத்தத்தில் இருந்து போன வருடம் வரை அவன் ரூம் க்கு போனது இல்லை. வீடு பெயிண்ட் பண்ணுவதற்காக வேறு வழியில்லாமல் அவன் ரூமுக்கு போக அவன் எழுதிய லெட்டர் கிடைத்தது. அதில் அவன் தனக்கு ஹார்ட் ப்ரா ப்ளம் இருப்பதாகவும் திருமண வாழ்க்கையினால பிரச்சனை வந்தாலும் வரலாம் இதை சொன்னால் நாங்கள் கவலைப் படுவோம் என்று மறைத்ததாகவும் எங்களுடைய வற்புறுத்தலாலும் கட்டாயத்தினாலும் உன்னை திருமணம் செய்வதாகவும் அவனுக்கு எதாவது ஒண்ணு ஆனா உன்னை எங்கள் பெண்ணாக நினைத்து மறு வாழ்வு அமைத்துத் தர வேண்டும் என்றும் எழுதி இருந்தான். இந்த லெட்டரைப் பார்த்த உன் ஆன்ட்டி கூட ஒரு பெண்ணுடைய வாழ்க்கையை மட்டுமல்ல அந்த குடும்பத்தையே நாசம் பண்ணி விட்டோம். சுதன் நம் ஆசைக்கு வேறு ஒரு குடும்பம் பலியாகும்படி செய்து விட்டானே என்று வருத்தப் பட்டாள்.

ராஜனை எனக்கு ஏற்கனவே தெரியும்.. ராஜன் என் நண்பனின் மகன் நீ வேலை பார்க்கும் ஆபிஸ்ல என் நண்பன் ஒருவன் பெரிய போஸ்ட்ல இருக்கான் அவனிடம் சொல்லித்தான் ராஜனுக்கு வேலை வாங்கி இங்கு நான் அனுப்பினேன். ராஜன் உடைய ஒரு வார ஆப்சென்ஸ் ம் என்னுடைய திட்டம் தான். உன்னை நீ புரிந்து கொள்ள ஒரு அவகாசம் குடுத்தேன். நான் எதிர் பார்த்தது நடந்து விட்டது. ராஜனுக்கு உன்னை திருமணம் செய்து கொள்வதில் பரிபூரண சம்மதம். உனக்கு?.. என்றவர் அவள் முகத்தில் இருந்த பூரிப்பில் விடை தெரிந்து கொண்டார். "இன்னும் இரண்டு நாளில் நியூ ஜெர்சி பாலாஜி கோவிலில் வைத்து உங்கள் திருமணம். நானும் ராஜனும் இங்கு வந்த மறுநாளே போய் ஏற்பாடு செய்து விட்டோம் உன்னுடைய இந்த அழகான சிரிப்புடன் கூடிய பதிலுக்குத்தான் வெயிட் பண்ணினேன்.." என்றவுடன் சுனிதா அவரை குனிந்து நமஸ்கரித்து. "ஆசிர்வாதம் செய்யுங்கள் அப்பா.." என்றாள்

அப்பா என்ற வார்த்தை அவளிடமிருந்து கேட்டதும் "மாமா என்று நீ கூப்பிடனும் என்று ஆசைப்பட்ட எனக்கு நீ அப்பா என்று கூப்பிட்டது எவ்வளவு சந்தோஷமா இருக்கு தெரியுமா இதை கேக்கிற என் பிள்ளை சுதன் எங்கயாவது இருந்து என்னைப்பார்த்து கொண்டு தான் இருப்பான்

அவன் சொன்னதை நான் நிறைவேற்றி விட்டேன் என்று நிச்சயம் சந்தோஷப் படுவான். நன்றிம்மா. வாங்க! நாம மேரேஜ் பர்சேஸ் பண்ண போலாம்.." என்று கிளம்ப சுனிதாவின் மனதில் மகிழ்ச்சியின் ஒளி மத்தாப்பாய் விரிந்தது.

மனதைப் படித்த மங்களம் பாட்டி

மங்களம் பாட்டி வாசல் திண்ணையில் உட்கார்ந்து காதில் இருந்த வைரத்தோடை கழற்றி புடவையில் துடைத்து கொண்டு இருந்தாள். பார்த்தசாரதி மங்களம் பாட்டி ஆத்துக்காரரர் ஈசி சேர்ல உட்கார்ந்து பேப்பர் படித்துக் கொண்டு இருந்தார். வாசலில் கார் சத்தம் கேட்டு இருவரும் நிமிர்ந்து பார்க்க பானுதான் கல்யாணம் செய்து கொள்ள போகும் பையனுடன் பெங்களூரில் இருந்து வந்து காரை விட்டு இறங்கிக் கொண்டு இருந்தாள்

தாத்தா மங்களம் பாட்டியைப் பார்க்க மங்களம் பாட்டி ஜாடை காட்டி தாத்தாவை அமைதியாக இருக்க சொன்னாள். இறங்கி வந்த பானு “தாத்தா பாட்டி எப்படி இருக்கேள்..?” னு ஒரு இரண்டு வார்த்தை பேசிட்டு உள்ள போய்விட்டாள். சாதாரணமாக படபட வென்று பேசும் அவள் முகத்தில் ஒரு சுரத்துமில்லை, சிரிப்புமில்லை.

"என்னடி மங்களம் கல்யாணம் பண்ணிக்க போற பையனுடன் வரா யாராவது பார்த்தா என்ன சொல்லுவா...?"

"என்ன நீங்க எந்த காலத்துல இருக்கேள் இது 21ஆம் நூற்றாண்டாக்கும்.. "மங்களம் பாட்டி அந்த காலத்து இன்டெர் மீடியட் படிப்பு. " இதோ பாருங்க இந்த விஷயத்தில் நாம தலையிட வேண்டாம். அவ அம்மா அப்பா பார்த்து பபா விடுங்கோ. இந்த காலத்துல வயசானவா வேளைக்கு சாப்பிட்டு அமைதியா இருக்கனும். சம்மன் இல்லாம எந்த விஷயத்திலும் ஆஜர் ஆகக்கூடாது.." என்று சொல்லி முடிக்கவும் உள்ளேயிருந்து ஒரே சத்தம்.. பானுவை அம்மா அப்பா அண்ணன் விவேக் எல்லோரும் வாய்க்கு வந்தபடி திட்டிக் கொண்டு இருந்தார்கள்

"மங்களம் குழந்தை பாவம்டி.. இப்பதான் ஊரிலிருந்து வந்திருக்கா ஒரு வாய் காபி ஆவது குடிச்சுதோ தெரியல நீ போய் பாரு அவள் என்ன தப்பு பண்ணிட்டு இவ்வளவு திட்டு வாங்கறா தெரியல..."

"பேசுவது காதில சரியா கேக்கல. இப்போ நான் உள்ள போனா பானு என் பக்கம் வருவா. குழந்தைகளை பெத்தவா கண்டிக்கும் போது மத்தவா தலையிடக்கூடாது. சத்தம் நிற்கட்டும்

நான் உள்ள போறேன்..." என்று சொன்ன மங்களம் பாட்டி சத்தம் நின்ற உடன் உள்ளே வரவும்.

"பாருங்கோ எல்லாம் காதுல கேட்டுண்டு மெதுவாக உள்ள வரா உங்க அம்மா.." இது நாட்டுப் பெண் சாந்தி

"வாம்மா வா உன் பேத்தி என்ன சொல்றா பாரு நீ செல்லம் குடுத்து அவளை குட்டி சுவர் ஆக்கியிருக்க.." இது பானு வின் அப்பா ரவி.

"ஏண்டா குழந்தையை இப்டி சத்தம் போட்டுண்டு இருக்கேள் பாவம் அவள்..".

"ஆமாம் பாட்டி குழந்தை பல்லை தட்டி தொட்டில்ல போடு.." இது பேரன் விவேக்..இது எதோ பெரிய பிரச்சனை தான்னு பாட்டிக்கு தோன்ற

"ஏண்டா ரவி என்னதான் ஆச்சு வாயைத் தொறந்து சொன்னால் தானே தெரியும்."

"அவளுக்கு இந்த கல்யாணத்துல இஷ்டம் இல்லையாம். நிறுத்தனுமாம்.."

மங்களம் பாட்டிக்கு உண்மையிலே தூக்கிவாரிப் போட்டது

அந்த பையன் பாபு பானுவின் காலேஜ் சீனியர். அவளைப் பிடிச்சு இருக்குன்னு பானுவிடம் சொல்ல பானு அவனுக்கு தானே பதில் சொல்லாமல் அப்பாவிடம் வந்து கேட்டுக் கொள்ள சொல்லி விட்டாள். பாபுவின் அப்பா வந்து பேசி ஜாதகம் பார்த்து ஒரு மாசம் கழித்து நிச்சயம் பண்ணி மூன்று மாதம் முடிந்து இன்னும் இரண்டு மாதத்தில் கல்யாணம். ரெண்டு பேருமே பெங்களூர்ல வேலை செய்யறதாலே சென்னை வரும் போது சேர்ந்து பாபுவின் கார்ல தான் வருவார்கள். ஆனா இன்னிக்கு தான் தாத்தா கண்ணுல பட்டிருக்கு அது

பாட்டிக்கு உண்மையில் கோபம் வந்தது நல்ல பையன். அருமையான மனுஷா. இந்த சம்பந்தத்தை வேண்டாம் னு சொன்னா யாருக்கு தான் கோபம் வராது. ஆனா பாட்டியும் சேர்ந்து கோபப்பட்டா இன்னும் சண்டை பெரிதாகும்னு நினைச்சு பாட்டி.

"சரிடா ரவி இப்போ என்ன அந்த பையன் வேண்டாங்கறா அவ்வளவுதானே விடு குழந்தை குளிச்சு சாப்டு ரெஸ்ட் எடுக்கட்டும் அப்புறம் இதை பற்றி பேசலாம்..." என்று சொல்லிக் கொண்டே பையனுக்கு கண்ணை காட்டினாள்.

புரிந்து கொண்ட ரவி அங்கிருந்து நகர ஆரம்பிக்க "பானுஅப்பா உங்களால சொல்ல முடியாதுன்ன சொல்லுங்க நானே பாபு வுக்கு போன் பண்ணி சொல்லிடறேன். பெங்களூர் லயே சொல்லி இருப்பேன் உங்ககிட்ட ஒரு வார்த்தை சொல்லிட்டு சொல்லலாம் தான்..." எனவும் பானு அப்பா ரவி கை ஓங்கி அடிக்க வரவும் சரியாக இருந்தது

"என்னடா, இப்ப என்ன புது பழக்கம் பெண் குழந்தையை கைய நீட்டற. இன்னிக்கு ஒரு நாள் விட்டுருங்கோ. இதை நாளைக்கு பேசலாம்.." எனவும் பானு "பாட்டி என்ன எப்படியாவது கன்வின்ஸ் பண்ணலாம் நினைக்காதேங்கோ என் முடிவுதான் கடைசி வரையும்.."என்றாள்.

பானுவின் அம்மா "இதோ பாரு நீ வறதுக்கு அரை மணி நேரத்துக்கு முன்னாடி தான் பாபுவுடைய அப்பா அம்மா இங்க வந்து இருந்தா உனக்கு வாங்கின நெக்லசைக் காட்டிட்டு எவ்வளவு சந்தோஷமா பேசிட்டு போனா. பாபு அப்பா இந்த சொஸைட்டியில ஒரு பெரிய மனுஷன் அவாளுக்கு எப்படி இருக்கும் யோசிச்சயா. அதிகப் பிரசங்கித்தனம் இதெல்லாம். இந்த ஆத்துல உனக்கு குடுத்த செல்லம். ." என்று மாமியாரை ஒரு பார்வை பார்த்து போனாள்.

பேத்தியை சமாதானம் செய்து சாப்பிட செய்து அவள் ரூம்க்கு அனுப்பிய பாட்டி பூஜை அறை பக்கம் திரும்ப வினாயகர் விக்ரஹம் கண்ணில் பட "அப்பா பிள்ளையார் அப்பா இந்த கல்யாணத்தை தடங்கல் இல்லாமல் பண்ணிக் குடு. அந்த குழந்தையின் மனசுல எதோ தடுமாற்றம் தெரியுது தயவு செய்து அதுக்கான காரணத்தை என் கண்ணில் காட்டு நான் அவளை பேசி சரி பண்ணுகிறேன்.." என்று வேண்டியவள் கட்டிலில் வந்து படுத்தாள்.

சாயங்காலம் ஐந்தரை மணிக்கு வெளிய எழுந்து வந்த மங்களம் பாட்டி வீடே அமைதியாக இருக்க கண்டாள். அவரவர்கள் வேலையை அவரவர்கள் பார்த்து கொண்டு இருந்தனர். கல்யாண வீடு கலகல என்று இல்லாமல் மயான அமைதியாக இருந்தது பாட்டி மனசை பிசைந்தது எப்படித்தான் இந்த கால குழந்தைகள் தன்னை சுற்றி உள்ள குடும்பத்தை யோசிக்காமல் தன்னை பற்றி மட்டும் யோசிக்கிறார்கள் என்று வருத்தப்பட்டாள்.

சோபாவில் உட்கார்ந்து இருந்த பானுவிடம் வந்து "வா கோவிலுக்கு போயிட்டு வரலாம்.." என "பாட்டி நீ எதுக்கு என்ன கோவிலுக்கு கூப்பிடறேன்னு தெரியும் நான் வரலை.." என்றாள்.

"அடி அசடே இன்னிக்கி சனிக் கிழமை. தாத்தாவுக்கு உடம்பு படுத்தறது. சனி தசை. வாரா வாரம் எள்ளு விளக்கு போடறேன். நீ வந்தா வண்டியில கூட்டிண்டு போவ இல்லன்னா நான் நடந்து போணும். சரி நான் போயிக்கறேன்.." என்று கிளம்ப "இரு பாட்டி வண்டிய எடுக்கிறேன்.." என்று பின்னாடியே வந்தாள் பானு.

பானுவின் வண்டியின் பின் சீட் ல தன் 88 வது வயதிலும் லாவகமாக ஏறி உட்கார்ந்த மாமியாரை பார்த்த பானுவின் அம்மாவுக்கு தன் பெண் முடிவை மாமியார் எப்படியும் மாற்றி விடுவாள் என்ற நம்பிக்கை பிறந்தது

கோவில் தரிசனம் முடிந்து பிரகாரத்தில் பாட்டி உட்கார பேத்தி கொஞ்சம் பிகு காட்டினாள். அவளுக்கு தெரியும் பாட்டி என்ன பேசுவாள் என்று "உட்காரு பானு ஆத்துக்கு போனாலும் ஆளுக்கு ஒரு பக்கம் மூஞ்சியை வெச்சுட்டு உட்காரணும் இங்க உட்காரு.." எனவும் பானு உட்கார்ந்தாள்

"பானு கவலைப் படாதே நாளைக்கு அவாத்து பெரியவாளை கூப்பிட்டு நானே வேண்டாம்னு பக்குவமா சொல்லிடறேன் ஆனா பாட்டியிடம் மட்டும் நீ காரணத்தை சொல்லி தான் ஆகணும்

ஏன்னா அடுத்த பையன் பார்க்கும் போது நாங்க இதெல்லாம் மனசுல வெச்சுட்டு பார்ப்போம்...”

பாட்டி வீசிய வலையில் பேத்தி தானாக வந்து விழுந்தாள்

“பாட்டி நானும் அவனும்...”

“அவன்னா யாரு ஓ பாபுவா உனக்கு நிச்சயம் பண்ணின பையன் சரி நீ மேல சொல்லு..”

“ஏழெட்டு தடவை ரெண்டு பேரும் ஹோட்டல் போயி இருக்கோம் பாட்டி. மெனு கார்ட் கேட்கவும் மாட்டான் உனக்கு என்ன வேணும்னு கேட்கவும் மாட்டான். தானே எல்லாம் ஆர்டர் பண்ணுவான்... சும்மா கூட கேக்க மாட்டான். .

“சரி வாங்கி குடுக்கற சாப்பாடு எல்லாம் நன்னா இருக்குமா..?”

“நன்னா இருக்கும் ஆனா என் சாய்ஸ் எதுவுமே இருக்காது...”

“காசு அவன் குடுப்பானா இல்லை நீயா..?”

“அதெல்லாம் ஜெண்டில்மேன். .காசெல்லாம் அவன்தான் குடுப்பான்..”

“சாப்பாடு பற்றி கேட்பானா..?”

“ஆமாம் பாட்டி அவன் சொல்வான் இந்த ஹோட்டல்ல இந்த டிஷ்தான் பெஸ்ட்ம்பான்”

“பார்த்தியா பாபு தனக்கு ஆத்துக்காரியா வரப் போற பெண் சாப்பாட்டுல பெஸ்ட் ஐட்டமா சாப்பிடணும்னு ஆசைப் படுறான் அது தப்பா..? நீ என்னிக்காவது உனக்கு பிடிச்சது வேணும்னு கேட்டு அவன் அது வேண்டாம்னு சொல்லி இருக்கானா..?”

“நான் எதுவும் கேட்டது இல்லை பாட்டி..”

“சரி அடுத்தது என்ன சொல்லு..”

“பாட்டி உனக்கு தெரியும் இல்லையா எனக்கு என் டிரஸ் பத்தி யார் பேசினாலும் கோபம் வரும் தேடி தேடி பிங்க் கலர் டிரஸ் வாங்கி போட்டா அவன் அதுல ஃபுல் பிங்க் ஐ விட கொஞ்சம் க்ரே கலந்து இருந்தா எடுப்பா இருக்கும்னு சொல்றான்..”

“பிங்க் டிரஸ் உனக்கு நன்னா இல்லைன்னு சொன்னானா..?”

“இல்லை பாட்டி..” “ க்ரே சேர்ந்தா உனக்கு எடுப்பா இருக்கும்னு அதாவது தனக்கு வரப் போறவளுக்கு அவன் நினைச்ச மாதிரி கலர்

காம்பினேசன் இன்னும் எடுப்பா இருக்கும்னு சொல்ல கூடாதா தப்பா..?"

நிமிர்ந்து பார்த்த பானு தொடர்ந்து. ." அன்னிக்கு நாங்க ரெண்டு பேரும் வெளில போயிட்டு வரும் பொது ராத்திரி 9. 45 ஆயிடுத்து அவனுக்கு ஆபிஸ்ல இருந்து அர்ஜன்ட் ஆக சர்வர் இஸ்யூன்னு கால் வந்ததால் போக வேண்டியது ஆயிடுத்து நான் கால் டாக்சி பண்றேன்னு சொன்னா கேட்காம பஸ்ல ஏத்தி விட்டுட்டு போறான். வேலைக்கு போற எனக்கு ஊபர்ல போகத் தெரியாதா பிடிவாதமாக பஸ்ல ஏத்தி விட்டான்."

"பானு பஸ்ல போனா எங்க இறங்குவ..?"
"என்னோட அபார்ட்மெண்ட்ல இருந்து ஒரு நிமிஷம் தான் பஸ் ஸ்டாப். ."

"சரி நீ ஆத்துக்கு வந்த உடனே அவனிடம் இருந்து போன் வந்துதா..?"

"அதை ஏன் கேக்கற பாட்டி பிளாட் கதவை கூட திறக்கல. .அதுக்குள்ள போன் பண்ணிட்டான்.."

"பானு நீ இன்னும் அவனை சரியா புரிஞ்சுக்கலை அதான் பிரச்சினையே.."

"லேட் நைட் பப்ளிக் ட்ரான்ஸ்போர்ட் தான் சேப்டின்னு உன்னை ஏத்தி அனுப்பியிருக்கிறான் பொறுப்பா நீ ரீச் ஆயாச்சான்னு கன்பர்ம் பண்ணி இருக்கான். இது தப்பா

சரி இன்னும் வேற என்னென்ன சொல்லு.."

"சம்பளத்துல ஒரு அமவுண்டை அவ ஆத்துக்கு அனுப்பறேன்ங்கறான் பாட்டி. அவ அப்பா இவ்வளவு பெரிய சார்ட்டட் அக்கவுண்ட்.. அவாளுக்கு பணத்துக்கு குறையா இவன் எதுக்கு அனுப்பணும்?.."

"பானு உங்க அப்பா எவ்வளவு சம்பாதிக்கிறார்.?"

"எனக்கு தெரியாது பாட்டி ஆனா நிறையன்னு தெரியும்..."

"உங்க அண்ணா சம்பாதிக்க போன உடனே நான் தான் உங்க அப்பாட்ட சொன்னேன் ஒரு குறிப்பிட்ட அமௌன்ட் உனக்கு அவன் தரணும் சம்பளத்துல இருந்து ஏதோ ஒரு அமௌன்ட் குடுக்க பழக்கணும்.இல்லைன்னா நாளைக்கு நமக்கு தேவை இருக்கும் போது கேட்டா பிள்ளைகளுக்கு கோபம் வரும் அதுவும் உன்னைப் போல ஏன் குடுக்கணும் கேக்கற நாட்டு பெண் வந்தா பையன் குடுக்கவே மாட்டான். அதுனால

மாசம் ஒரு தொகையை பெற்றவர்களுக்கு தேவை இருந்தாலும் இல்லைன்னாலும் குடுக்கணும் அது பையன் உடைய கடமை..."

"அப்ப நான் நினைக்கிறது எல்லாமே தப்புன்னு சொல்லறீயா பாட்டி..?" என்று வழிக்கு வந்த அவளுக்கு பாட்டி அவள் வழியில் பதில் சொன்னாள்

"இல்லடி கண்ணா நீ நினைச்சது தப்பே இல்லை இதெல்லாம் சின்ன சின்ன விஷயம். இதை போய் பெரிசா நினைச்சு கைக்கு கிடைச்ச நல்ல வாழ்க்கையை இழக்க பார்க்கற. ஆனா தப்பா நினைச்சாலும் அதை பற்றி உட்கார்ந்து யோசித்து ஒரு முடிவுக்கு வராம எடுத்தேன் கவிழ்த்தேன்னு பேசுறியே அது தான் தப்பு.நீயே தனியா உட்கார்ந்து யோசித்து பார்த்திருந்தால் அவன் நல்லவன் உனக்காகத்தான் எல்லாம் பண்ணினான்னு புரிந்திருக்கும். எங்க இப்பல்லாம் குழந்தைகள் நீங்கள் எல்லாம் தான் புடிச்ச முயலுக்கு மூணே கால்னு தீர்மானமா இருக்கேள். பிடிச்ச முயல ஓட விட்டு பார்த்தாதானே தெரியும் எத்தனை கால்னு..சரி கிளம்பலாம் நான் நாளைக்கு காலையில பாபு ஆத்துல பேசுறேன்.."

"பாட்டி நீ அவசரப் படாதே இன்னிக்கு ஒருநாள் எனக்கு யோசிக்க டைம் குடு.." பேத்தி

தன் வழிக்கு வந்த சந்தோஷத் தில் சரி வா போகலாம் என இருவரும் கிளம்பினர்

ஆத்து வாசலில் பானு அப்பா எட்டி எட்டி பார்த்து கொண்டுஇருந்தார்

இவர்களை ப் பார்த்ததும். .”ஏம்மா இவ்வளவு நேரம் அந்த பையன் பாபு வந்து உட்கார்ந்து இருக்கான் எவ்வளவு நேரம் ஆச்சு எனக்கு என்ன பேசுறதுன்னு தெரியல..” என்று முடிக்கவும் வந்த பாபு பாட்டி அருகில் வந்து குனிந்து கால் தொட்டு வணங்கி எழுந்தான்

“வாங்கோ உள்ள வந்து உட்காருங்கோ பானு எனக்கும் மாப்பிள்ளைக்கும் காப்பி கொண்டு வா..” என்று சொன்ன பாட்டி பானுவை ரூம் வெளியே நிற்க சொல்லி ஜாடை காட்டினாள்.

“மாப்பிள்ளை ரெண்டு மாசத்துல கல்யாணம் நாலு மாசமா ரெண்டு பேரும் பேசி பழகிண்டு இருக்கேள். எங்காத்து பொண்ணு எப்படி. உங்க எதிர்பார்ப்பு க்கு ஏற்ப இருக்காளா..?”

“பாட்டி என்ன பாட்டி இப்படி கேட்டுட்டேள்.பானு மாதிரி ஒரு பொண்ணு மனைவியாக கிடைக்க நான் குடுத்து வெச்சு இருக்கணும். அருமையான பொண்ணு நல்லா வளர்த்து இருக்கேள்

தன் இஷ்டம்னு அவ எதையும் எங்கிட்ட கேட்டது இல்லை. அதுக்காக தன் இஷ்டத்தை சொல்லும் பெண்கள் மோசம் என்று இல்லை. என்னுடைய உணர்வுகளுக்கு மதிப்பு குடுக்கும் அவளுக்கு நான் செய்யக் கூடியது ஒன்னே ஒண்ணுதான். கல்யாணம் முடிஞ்ச அப்புறம் அவ இஷ்டம் தான் எங்க குடும்ப இஷ்டம். . என் அப்பா அம்மா எனக்கு எல்லோருக்கும் அவதான் பாட்டி எல்லாம். சொல்லப் போனா எங்க ஆத்து ராணி அவள்தான்..". கேட்டு கொண்டு இருந்த பானு அங்கிருந்து நகர்ந்ததை பாட்டி கவனித்தாள்

ஆவி பறக்க ரெண்டு காப்பி டவரா டம்பளர் உடன் வந்த பானு டேபிள்ல வைக்க பாட்டி ஒரு டம்பளர் ஐ எடுக்க "பாட்டி அது பாபுவுக்கு டிகாஷன் அதிகம் சுகர் கம்மி ஸ்ட்ராங் காப்பி இதை நீ எடுத்துக்கோ.." என்று இன்னொரு டம்ப்ளரை நீட்ட பாபு பாட்டியை அர்த்தத் துடன் பார்த்தான். பாட்டி பானுவை கேள்வியாய் நோக்க பானு சிரித்துக் கொண்டே உள்ளே போனாள்.

பாபு கிளம்ப வெளியில் வந்த பாட்டி.

மாப்பிள்ளை ஒரு ரெண்டு நிமிஷம் இப்படி உட்காருங்கோ, பானு நீயும் உட்காரு, விவேக் நீயும் உக்காரு உனக்கும் சேர்த்துத்தான் இது. மாப்பிள்ளை எனக்கு 13 வயசுல கல்யாணம்

எனக்கு வயசு 88 ஆறது 75 வருஷ திருமண வாழ்க்கை. நானும் தாத்தாவும் இன்று வரை சந்தோஷமாக இருக்கோம். இதுவரை எங்கள் அன்னியோன்யம், சண்டை எல்லாமே நாலு சுவற்றுக்குள் தான். இப்பல்லாம் அன்னியோன்யம் என்பது எல்லார் முன்னாடியும் தோள் மேல கை போட்டு பேர சொல்லி கூப்பிட்டு பெரிசா சிரித்து என் ஆத்துக் காரர் எங்கிட்ட எப்படி இருக்கார்னு பாருங்கன்னு பொண்களும் பொண்டாட்டியும் நானும் எப்படி இருக்கோம் பாருங்க என்று ஆணும் பறை சாற்றவே. என்னிக்கு உங்க அன்னியோன்யமும், சண்டையும் நாலு சுவற்றை விட்டு வெளியே வரதோ அப்பவே உங்கள் அன்னியோன்யம் மற்றவர்களின் கேலிப் பொருளாகவும் உங்கள் சண்டை அடுத்தவர் வாய்க்கு அவலாகவும் ஆகிவிடுகிறது. ஒன்றே ஒன்று மனசில் வைத்து கொள்ளுங்கள்.

உங்கள் இருவருக்கும் இடையில் எப்போது பிரச்சனை வந்தாலும் நீங்கள் இருவர் மட்டுமே பேசி சரி செய்து கொள்ளுங்கள்.மூன்றாவது மனிதர்கள் அதாவது உங்கள இருவரின் குடும்பத்தில் உள்ள யாரும் தலையிடாமல் பார்த்துக் கொள்ளுங்கள்.தாலிக்கொடி பந்தம் தொப்புள் கொடி பந்தத்தை விட ஸ்ட்ராங் ஆக இருக்கனும் ஏன்னா வாழுற வயசுல ஆண்

ஆனாலும் சரி பெண் ஆனாலும் சரி மேக்சிமம் 25 வருஷம் தான் தொப்புள் கொடி பந்தத்துடன் மீதி வருஷம் வாழ்ந்து முடிக்கும் வரை தாலிக் கொடி பந்தத்தோடு தான். தாலி கட்டும் ஆண் இவள் என்னவள் இவளது குடும்பம் என்னுடையது என்றும் தாலிகட்டிக்கறவ இவன் என்னவன் இவன் குடும்பம் என்னுடையதுஎன்றும் நினைக்கணும் அப்பத்தான் தாம்பத்யம் இனிக்கும். இதுதான் என்னோட அட்வைஸ்..” என்று சொன்னவுடன்

பாபு “பானு இங்கே வா..” என்று கூப்பிட்டு “பாட்டி நீங்க சொன்ன எல்லாத்தையும் மனசில் வைத்து கொள்கிறொம் சந்தோஷமாக வாழ ஆசிர்வாதம் பண்ணுங்கள்..” என்று பானுவுடன் பாட்டி காலில் விழுந்து எழுந்தான். பானு காப்பி டவரா டம்பளர் எடுத்து உள்ளே போட போனாள்.

பாபு வீட்டுக்கு கிளம்ப “பானு மாப்பிள்ளை ஆத்துக்கு கிளம்பறேன்” என்கிறார் எனவும் அவள் ஓடிவந்து வழி அனுப்பியதை பார்த்த பானு வின் அம்மா அப்பாவிற்கு மனத்தில் இருந்த பாரம் இறங்கியது.

பாபுவை வழி அனுப்பி விட்டு உள்ளே வந்த பாட்டி “என்ன மச மசன்னு நிக்கறேள் கல்யாண வேலை தலைக்கு மேலே இருக்கு நாளைக்கு முகூர்த்த புடவை எடுக்க போகனுமாம்

மாப்பிள்ளை சொல்லி விட்டு போறார்.." என சொன்ன பாட்டியிடம்

"பாட்டி எனக்கும் உன் மாப்பிள்ளைக்கும் பிடிச்ச கலர்ல தான் புடவை எடுக்கணும்.." என்று பானு பதில் சொல்ல பாட்டிக்கு கண் முன் பேத்தியின் மாங்கல்ய தாரண காட்சி நிழலாக விரிந்தது. "பிள்ளையார் அப்பா இந்த நிழலான இந்த காட்சி எந்த விதமான தடைகளும் இல்லாம நிஜமாக நீதான் பா அருள் செய்யணும்னு." பூஜை ரூம்ல இருந்த விநாயகருக்கு மனசார ஒரு கும்பிடு போட்டாள் மங்களம் பாட்டி.

மாலாவின் மனமாற்றம்

அம்மாவின் உடல் நடு ஹாலில் குளிரசாதன கண்ணாடிப் பெட்டியில் வைக்கப்பட்டிருந்தது. பார்க்க பார்க்க வாசுவுக்கு அழுகை பொங்கி கொண்டு வந்தது மனசு எல்லாம் ரணமாக வலித்தது. காலைல நாலரை மணிக்கு எழுந்து வாசல் தெளித்து கோலம் போட்டு பூ பறித்து பூஜை பண்ணி காப்பி போட்டு டிஃபன் பண்ணி ஏழு மணிக்கு ஆபீஸ் போகும் பேத்தி பவித்ராவை அனுப்பி 8 30 க்கு போகும் இரண்டாவது பேத்தி கீர்த்தியை காலேஜ் க்கு அனுப்பி நாட்டுப்பெண் மாலாவை 9 மணிக்கு ஆபீஸ் க்கு அனுப்பியவள் 11 மணி ஷிப்ட் க்கு பேக்டரி போகும் வாசுவிடம் “வாசு சித்த இங்க வந்து உக்காறேன்..” என்ற அவளின் அருகில் சோபாவில் வந்து உட்கார்ந்து “சொல்லும்மா..” என்றான்.

“வாசு நான் சொன்னா கோச்சுக்க கூடாது.. மாலா இந்த ஆத்துக்கு வாழ வந்த பொண்ணு அவ கிட்ட நீ இன்னும் கொஞ்சம் இதமா நடந்துக்கணும் வயசு பெண்கள் முன்னாடி அவளை நீ திட்டறதும் அதற்கு அவள் எதிர் பேச்சு பேசறதும் குழந்தைகளுக்கும் அதே வழக்கத்தை

கற்று கொள்ள வைக்கும். என்னிடம் எவ்வளவு சண்டை போடுகிறாள் நான் என்னிக்காவது பதில் பேசி இருக்கேனா பார்த்து இருக்கியா.. ஆனா என்னிக்கோ ஒரு நாள் அவ என்னை புரிஞ்சுப்பா. அதுல எனக்கு நம்பிக்கை இருக்கு.." என்றவளிடம்

"சரிம்மா இனி பார்த்து நடந்துக்கறேன். ஆனா இப்ப எதுக்கு இதெல்லாம் சொல்லற?" எனக் கேட்ட அவனிடம்…"இருடா நான் இன்னும் முடிக்கலை இதோ பாரு மூணு தங்கைகள் உடன் பிறந்தவா இருக்கா அவா காலம் வரைக்கும் தீபாவளி கார்த்திகை தை பொங்கல் சீராக உன்னால் முடிந்த பணம் அனுப்பு ஒரு நூறு ரூபாய் ஆனாலும் அம்மா ஆத்துல இருந்து பைசா வந்ததுன்னு சொல்ல பெண்களுக்கு எப்போதுமே சந்தோஷம் தான் என் வயசு 74 ஆனா இப்பவும் உன் மாமா எல்லா விசேஷத் துக்கும் பணம் அனுப்புறான் எனக்கு எவ்வளவு சந்தோஷம் தெரியுமா.." என்று முடித்த அவளிடம் "சரிம்மா நான் பேக்டரிக்கு கிளம்பணும் இன்னிக்கு என்னவோ நீ வித்யாசமா என்னெல்லாமோ பேசுற.." என்றான்

"வாசு எனக்கு காலையில் இருந்து நெஞ்சை என்னமோ பண்றதுடா.." ன்னு சொன்ன

வுடன் வாசுவும்" இரும்மா டாக்டர் க்கு ஃபோன் பண்றேன்." என்றவனிடம் "முதல்ல நீ உக்காருடா உன் மடில ரெண்டு நிமிஷம் தலை வைத்து படுக்கிறேன் எல்லாம் சரி ஆகி விடும்.." என்றவள் படுத்த ரெண்டு நிமிஷத்தில் மூச்சு விடுவதை நிறுத்திவிட்டாள்

இதை புரிந்து கொண்ட வாசு மெதுவாக அம்மா தலையை சோபாவில் வைத்து விட்டு எல்லோருக்கும் ஃபோன் பண்ணினான். தங்கைகள் மூவரும் இன்னும் மூணு மணி நேரத்தில் வந்து விடுவார்கள். மாலாவும் குழந்தை களும் அழுது கொண்டே பாட்டியின் அருகில் அமர்ந்து இருந்தனர் வாசுவுக்கு தான் நம்பவே முடியவில்லை இப்படியும் சாவு வருமா? என்று.வாசு அழுகையை கட்டுப்படுத்த முடியாமல் வெளியே சென்றான்.

தங்கைகள் ஊரிலிருந்து ஒவ்வொருவராக வர அழுகை சத்தம் அதிகம் ஆனது. பெற்றவளாச்சே தாங்க முடியுமா. எல்லாரும் வந்து விட்டதால் அன்று ஈமக்கிரியை என்று முடிவு செய்து எல்லாம் முடித்து வாசு காலை அலம்பி கொண்டு சோபாவில் உட்கார அவன் உடல் ஒருமுறை துக்கத்தில் ஆடியது. இந்த சோபாவில் தான் அவன் மடியில் கடைசியாக தலை வைத்து

அம்மா போனாள் என்று நினைக்க நினைக்க இத்தனை நாழி கட்டு படுத்திய அவன் அழுகை பீறிட்டு கொண்டு வந்தது. தங்கைகள் மூவரும் அருகில் வந்து அவனை சமாதானப் படுத்தி அவனை சாப்பிட கூட்டிக் கொண்டு போனார்கள்.

விசேஷங்கள் எல்லாம் ஆரம்பித்தது .தங்கைகள் மூவரும் கிரேக்கியம் முடிந்து தான் போவதாக பிளான். ரூம்ல இருந்த வாசு தன் மனைவி மாலாவிடம் “இதோ பார் அம்மா கிட்டத்தட்ட 30 பவுன் நகை வச்சுருக்கா அதை ஆளுக்கு 10 பவுனா என் தங்கை களுக்கு குடுக்க போறேன்..” என்றவுடன் மாலாவுக்கு கோபம் அதிகமாக வந்தது “என்ன பிழைக்க தெரியாத ஜென்மம் இது ரெண்டு பெண் குழந்தைகள் வெச்சு இருக்கோம் கல்யாணத்துக்கு இன்னும் பொட்டு தங்கம் வாங்க வில்லை இப்படி அசடாட்டம் பேசறாரே. .”என்று நினைக்கும் போதே வாசு “என் முடிவுதான் சரி. . இதில் யார் தலையிடுவதும் எனக்கு பிடிக்காது. என்னை பற்றி உனக்கு தெரியும்..” என்றான் அதற்கு மாலாவும் “ஆமாம் எனக்கு தெரியாதா உங்க குணம் தான் பிடிச்ச முயலுக்கு மூணு கால் ஆச்சே..” என்று முணுமுணுத்து விட்டு ரூம் ஐ விட்டு வெளியே போனாள்

மாலாவின் அம்மா துக்கத்துக்கு வந்தவள் "என்னாச்சு கோபமா வர?" என்று மாலாவை கேட்க மாலா வாசு சொன்னதை ஒண்ணு விடாமல் சொன்னா மாலா அம்மாவும் "உங்க ஆத்துக்காரர்க்கு சமத்தே போராது தெரியாம உன் தலைல கல்லை கட்டி இந்த குடும்பத்துல நான் இறக்கி விட்டுட்டேன்..." என்று புலம்பிக் கொண்டே வெளியில் சென்றாள்.

சாயங்காலம் காப்பி டைம்ல ஹாலில் உட்கார்ந்து இருந்த தங்கைகளிடம் வாசு,

"நீங்க மூணு பேரும் கிச்சன் ல அம்மா புழங்கின பாத்திரம் எது வேணும்னாலும் பார்த்து எடுத்துகோங்க இந்தாங்க பீரோ சாவி அம்மாவின் புடவை எது வேண்டுமாலும் எடுத்துக்கோங்க.." என்று சொல்லி குடுக்க மாலாவுக்கு பற்றி எறிந்தது.

கிச்சன்ல அவள் வித விதமா புதுசு புதுசா நிறைய பாத்திரங்கள் பார்த்து பார்த்து வாசுவிடம் கேட்டு வாங்கி வைத்து இருக்கிறாள் எதையெல்லாம் எடுத்து கொள்ள போகிறார்கள் என்று தெரியவில்லை. புடவையும் கிட்டத்தட்ட இத்தனை வருஷங்களில் பாலும் பழமும் கட்டம் சந்தேரி சில்க், பனாரஸ் சில்க், காஞ்சிவரம் சில்க்னு விலை உசந்த புடவைகள் வாசு வாங்கி

குடுத்து இருக்கான் இதில் எதை எல்லாம் எடுக்க போகிறார்கள். தெரியவில்லையே. தீட்டு பத்து நாளைக்கு என்பதால் இவளால் இவள் ரூம் தவிர எங்கும் போக முடியவில்லை

பீரோ சாவியை வாங்கின மூணு பேரும் பெட்ரூம்ல பீரோ திறக்கும் சத்தம் கேட்டு மாலாக்கு இருப்பு கொள்ள வில்லை வாசுவிடம் “என்ன உங்க தங்கைகள் கொஞ்சம் கூட இங்கிதம் இல்லாம சாவியை குடுத்த உடனே இப்படி பறக்கிறா பார்க்கவே அசிங்கமா இருக்கு” என்றவளின் முடிக்கும் வார்த்தைகள் வாசுவின் விழிகளில் தெரிந்த நெருப்பால் உள்ளேயே நின்றது..

ரூம்ல இருந்து வெளில வரும் போது மூன்று பேரும் ஆளுக்கு ஒரு பை நிறைய புடவை கொண்டு வந்து ஹால் ரூம்ல அவர்களுடைய பெட்டி பக்கத்தில் வைத்தனர். மீண்டும் கிச்சன்க்கு போய் ஆளுக்கு ஒரு பைல பாத்திரம் கொண்டு வந்து வைத்தனர் மாலாவுக்கு அடி வயிறு கலங்கியது கோபப்பட சண்டை போட இது நேரம் இல்லை என்பதால் அமைதியாக இருந்தாள்

கிரேக்கியத்தன்று ஒரு தட்டில் புடவை மாப்பிள்ளைக்கு வேஷ்டி எல்லாம் வைத்தவன் ஆளுக்கு பத்து பவுன் ஐ வைத்து அவரவர்களிடம்

குடுத்தான்.. கொஞ்சம் கூட யோசிக்காமல் வாங்கி வைத்து கொண்ட நாத்தனார்களை பார்த்து மாலாவுக்கு கோபம் தலைக்கு ஏறியது கிரேக்கியத்துக்கு வந்த அவள் அம்மாவிடம் புலம்பினாள் வேறு என்ன செய்வது. வாசு விடம் அவள் கோபம் செல்லாது என்று அவளுக்கு தெரியும்

மறுநாள் மூன்று தங்கை களும் கிளம்ப அவர்கள் மன்னி நாங்க கிளம்பறோம் நீங்களும் அண்ணாவும் இங்க வாங்க என்றார்கள். ஹால் ரூமுக்கு வேண்டா வெறுப்பாக வந்து நின்றாள் மாலா

அப்போது ஒரு தட்டில் மன்னிக்கு பத்தாயிரம் மதிப்பில் ஒரு மைசூர் சில்க் புடவை அண்ணாக்கு மயில் கண் வேஷ்டி சட்டை பூ பழம் மஞ்சள் குங்குமம் அத்துடன் அவர்களுக்கு குடுத்த அம்மாவின் 30 பவுன் நகைகளையும் வைத்தவர்கள்.." மன்னி நீங்க அம்மாவை இத்தனை வருஷம் நல்ல பார்த்துண்டேள். என்னதான் அம்மா உங்களுக்கு ஹெல்ப் ஆக இருந்தாலும் ஒரு நாள் கூட அம்மாவை மன வருத்தத்தில் வைக்காமல் எவ்வளவு அழகா பார்த்துண்டேள். எங்களைப் பத்தி எல்லாம் ரொம்ப பெருமையா பேசுவேளாம் அம்மா

எப்போதும் சொல்வா. எங்கள் குழந்தைகளுக்கு எல்லாம் கல்யாணம் ஆயாச்சு இனி இந்த நகை உங்கள் ரெண்டு பெண்களுக்குத் தான் வாங்கிக்கோங்க மேலும் நாங்க ஆத்துல இருந்து என்ன எடுத்துண்டு போறோம்னு உங்களுக்கு தெரியணும் என்று புடவையை காண்பித்த அவர்கள் எங்க அம்மா டெய்லி கட்டும் புடவையிலிருந்து ஆளுக்கு நாலு புடவை எடுத்து கொண்டோம்.. ஏன்னா அவ ஸ்பரிசம் அதில் இருக்கும் இல்லையா . அது போல பாத்திரங்களும் என்று அவர்கள் காண்பித்தது செங்கோட்டை தோசை கல் , கல் கச்சட்டி சின்ன சின்ன வெங்கல விளக்குகள் ஒண்ணுக்கும் உபயோகம் இல்லாத ஸ்டீல் ஜக் எதுக்கு இதெல்லாம் என்று மாலா அவர்களை பார்க்க

"இதெல்லாம் நாங்க சின்ன வயசுல அம்மா கூட இருந்தப்ப புழங்கின பாத்திரங்கள் இதை பார்த்தால் எங்க அம்மாவை பார்க்கற மாதிரி இருக்கும்.." என்று சொல்லி எல்லாவற்றையும் பைகளில் எடுத்து வைத்து கொண்டு கிளம்பினர்.

வாசு மாலாவைப் பார்த்த பார்வை ஒரு புழுவை பார்ப்பது போல இருந்தது மாலாவுக்கு அப்போதுதான் வெளியில் போயி விட்டு வந்த மாலாவின் அம்மா மாலாவிடம் "எல்லாத்தையும்

சுருட்டிண்டு ஒரு மாதிரி கிளம்பித்துகள் போ"ல என்றாள்.

அவளைப் பார்த்து முறைத்த மாலா "அம்மா நான் தப்பான முறையில் வளர்க்கப்பட்டு இருக்கிறேன் அதனால் தான் மனிதர்களை எனக்கு தரம் பிரிக்க தெரியவில்லை நான் என் மாமியாரை எவ்வளவு மனசு கஷ்டப் படுத்தி இருக்கேன் என் நாத்தனார்களை எவ்வளவு குத்தம் சொல்லி இருக்கிறேன் என் மாமியாரிடம். ஆனா என் மாமியார் என்னை பற்றி பெண்களிடம் பெருமையாக சொன்ன துடன் நில்லாமல் அவர்களைப் பற்றியும் நான் பெருமையாக சொல்கிறேன் என்று சொல்லி இருக்கிறார். எவ்வளவு நல்ல மனசு நான் தான் கடைசி வரை அவர்களை புரிந்து கொள்ள வில்லை. நீ என்னடான்னா எப்ப பார்த்தாலும் உன் நாட்டு பெண் பற்றி என்னிடம் குத்தம் சொல்ற. உன் வளர்ப்பு சரியில்லை நான் என் குழந்தைகளை நன்றாக வளர்க்க ஆசைப்படுகிறேன். இனிமேல் ஒரு நல்ல அம்மாவா யாரையும் குத்தம் சொல்லாம இருக்கிறதா இருந்தா இங்கு தாராளமா வந்து போ இல்லைன்னா.." என்றவள் வாசு வருவதைப் பார்த்ததும் நிறுத்தினாள்.

இனி பெண்ணிடம் தன் பருப்பு வேகாது என்று புரிந்து கொண்ட மாலாவின் அம்மா கிளம்ப இதையெல்லாம் கேட்டுக் கொண்டே வந்த வாசு "மாமி பத்திரமா போய் வாங்க. எங்க அம்மா எவ்வளவு நல்லபடியாக நடந்தும் கூட அவர்கள் இறந்ததுக்கு அப்புறம் தான் உங்க பொண்ணு அவங்களை பத்தி புரிஞ்சுண்டு இருக்கா. என் தங்கைகள் பற்றியும் இப்பதான் தெரிஞ்சுண்டு இருக்கா. உங்களை போன்ற பெண்ணை பெற்ற அம்மாக்களால் தான் பெண்களின் வாழ்க்கை நாசமாகிறது. எல்லா பெண்ணை பெற்றவர்களும் உங்களை மாதிரி இல்லை உங்களை மாதிரி இருக்கும், சில பெண்ணை பெற்றவர்களுக்கு என்னோட ஸ்ட்ராங் அட்வைஸ்.

தயவு செய்து திருமணம் செய்து குடுத்த பின் அந்த பெண்ணின் குடும்ப வாழ்க்கையில் தலையிட்டு குழப்பத்தை உண்டு பண்ணாதீர்கள். எல்லா மாமியாரும் எல்லா நாத்தனாரும் கெட்டவர்கள் இல்லை யாரோ ஒண்ணு ரெண்டு பேர் செய்யும் தப்புக்காக மாமியார் நாத்தனார் என்றாலே கெட்ட லேபில் ஒட்டினா எப்படி. உன் ஆள் காட்டி விரலை அடுத்தவர்களை பார்த்து காமிக்கும் போது மற்ற மூன்று விரல்கள் உங்களை நோக்கி இருக்கும். உங்கள் வீட்டில் நீங்கள் ஒரு பெண்ணுக்கு மாமியார் உங்கள் பெண் உங்கள்

நாட்டு பெண்ணிற்கு நாத்தனார் அங்கு இருக்கும் உறவை சரியாக வைத்து கொள்ள தெரியாதவர்கள் உங்கள் பெண்ணின் குடும்பத்தில் ஏன் கலகம் பண்ண ஆசை படுகிறீர்கள். தயவு செய்து நீங்க உயிருடன் இருக்கும் போதே உங்களை நல்லபடியாக உங்கள் நாட்டு பெண் புரிந்து கொள்ளர மாதிரி உங்க குணத்தை மாத்திக்கோங்க இல்லைன்னா உங்க பொண்ணு உங்களை தூக்கி எறிந்தது போல் உங்க பையனும் நாட்டு பெண்ணும் உங்களை தூக்கி எறிந்து விடுவார்கள் ஜாக்கிரதை.." என்றவன் போட்டோவில் இருந்த அம்மாவை பாத்து அம்மா எப்படியோ உன் நாட்டு பெண் நீ ஆசைப் பட்டபடி உன்னை புரிந்து கொண்டாள் பார்க்கறதுக்கு நீ தான் இல்லம்மா என்று தன் கண்ணில் இருந்து கையில் விழுந்த கண்ணீரை துடைத்து கொண்ட அவன் மாலாவுக்கு மன மாற்றத்தை ஏற்படுத்தின அந்த இறைவனுக்கு நன்றி சொன்னான்.

மூன்றாவதும் பெண் குழந்தை

ஜெயாவுக்கும் ராகவுக்கும் திருமணம் முடிந்து இது எட்டாவது வருடம். மூத்த இரண்டும் பெண் குழந்தைகள். இத்துடன் நிறுத்திக் கொள்ளலாம் என்று ஜெயா சொன்னதை ராகவ் ஒத்துக் கொள்ளவில்லை. ஒரு ஆண் வாரிசுக்காக மூன்றாவது உண்டாகி இருந்தாள்.

ஜெயாவுக்கு பிரசவ வலி எடுக்க தொடங்கியது. அவளுக்கு இது மூன்றாவது பிரசவம். பிரசவ வலியை விட அவள் மன வலி தான் இப்போது அதிகம். கடவுளே இந்த குழந்தை பையனாக இருக்க வேண்டும் இல்லை என்றால் இதை நீயே எடுத்துக்க என்று பத்து மாசம் சுமந்து பெறும் எந்த தாயும் வேண்டாததை வேண்டியவள், கணவன் அவளிடம் சொல்லி அனுப்பியதை நினைத்து பார்த்தாள் இந்த குழந்தையும் பெண்ணாக இருந்தால் குழந்தைகளுடன் நீயும் உன் அம்மா வீட்டில் இருந்து விடு என்று சொல்லி அனுப்பி இருந்தான்.

குழந்தை அழும் சத்தம் கேட்டு அவள் நர்ஸ் இடம் "என்ன குழந்தை?" என கேட்க அவள்

“அழகான பெண் குழந்தை பாருங்க குழந்தை எப்படி இருக்கான்னு..” என சொல்லவும் பார்த்த இவள் தன் இரு கண்களையும் இறுக மூடிக் கொண்டாள்”..” கடவுளே என்னை இந்த முறையும் எமாற்றி விட்டாயே நான் என்ன பாவம் செய்தேன் என்று நினைக்க கண்களில் இருத்து கர கர என்று கண்ணீர் வழிந்தது.

நார்மல் வார்டுக்கு மாறியவுடன் அம்மா வந்து ஒரு ஸ்பூன் ஜீனியை வாயில் போட்டாள் பேத்தி பிறந்திருக்கிறாள் அவளுக்கு என்ன தெரியும் என் வாழ்க்கையே ஊசலாடி கொண்டு இருக்கிறது என்று.

அம்மா “ஏண்டி மூணாவது பெண்ணுக்கு இப்படி மூஞ்சியை தூக்குகிறாயா?நான் எங்க அப்பா அம்மாவுக்கு 8 வது பெண் ஆக்கும்.

“அம்மா உன் அப்பா மனுஷன், பிறந்த குழந்தை ஆண் ஆனாலும் பெண் ஆனாலும் அந்த பிறப்பிற்கு காரணம் தான் தான் என்பதை பெரிய படிப்பு படிக்காவிட்டாலும் புரிந்து இருந்தவர். ஆனால் உன் மாப்பிள்ளை ஐஐடி ல படிச்சுட்டு, பிறக்கும் குழந்தை யின் ஜெண்டர்க்குக்கு யார் காரணம் என்று தெரிந்தும் ஆண் எனும் அகம்பாவத்தில் என்னை நோக அடிப்பவன். இதை

எப்படி நான் உனக்கு புரிய வைப்பது" என்று மனதிற்குள் கதறிக் கொண்டாள்.

"அம்மா அப்பாவை மாப்பிள்ளைக்கு ஃபோன் பண்ணுங்க" என சொல்ல "நான் ஏற்கனவே மெசேஜ் குடுத்து விட்டேன் ஃபோன் பண்ணா எடுக்க மாட்டேன் என்கிறார் எதாவது முக்கியமான வேலையோ என்னவோ.." என்று அப்பா சொல்ல ஜெயாவுக்கு மனசு வலித்தது. எப்படி சொல்வது "இனி உன் மாப்பிள்ளை வரமாட்டார் மூன்று குழந்தைகளும் நானும் உனக்குத்தான் பாரம்" என்று.

முதல் பத்து நாள் முக்கிய வேலையாக இருக்கும் என்று மாப்பிள்ளை வராததற்கு, பேசாததற்கு காரணம் சொல்லி கொண்ட அப்பா நாள்கள் நகர நகர உண்மை நிலையை புரிந்து கொண்டார். அம்மாவிடம் நான் ஒரு எட்டு மதுரை போய் மாப்பிள்ளையும் சம்பந்தியும் பார்த்து விட்டு வந்து விடுகிறேன் என்று கிளம்பினார். தன் கணவரின் பதில் என்னவாக இருக்கும் என்று அறிந்த ஜெயா அப்பாவை தடை செய்யவில்லை. அவரும் போய் உண்மை நிலமையை புரிந்து

கொள்ளட்டும் என்று விட்டு விட்டாள்.

இரண்டு நாள் கழித்து வீடு வந்த அப்பா இவளை கண்டதும் தன் முகத்தில் வராத சிரிப்பை வலிய வரவழைத்து கொண்டார் போல ஜெயாவுக்கு தோன்றியது.

"அம்மா ஜெயா நீ ஒண்ணும் கவலை படாதே மாப்பிள்ளை நிஜமாகவே ரொம்ப பிசியா இருந்திருக்கிறார் அதனாலதான் பார்க்க வரவில்லை பேசவும் முடியவில்லையாம் அடுத்த வாரம் உன்னை கொண்டு விட சொல்லி இருக்கார்.." என்றவுடன் ஜெயாவுக்கு தன் காதுகளை தன்னால் நம்ப முடியவில்லை. ஐந்து மாசத்துக்கு அப்புறம் தன் கணவனை பார்க்க போகிறேன் என்று சந்தோஷப்படும் தன் மனதை பார்த்து ஜெயாவுக்கு சிரிப்பு வந்தது. தன்னையும் குழந்தையையும் வராதே என்று சொல்லி அனுப்பிய கணவனை பார்ப்பதற்கே மனமே இப்படி சந்தோஷபடுகிறாய் உண்மையிலேயே அவன் ஒரு ஆதர்ச கணவன் ஆக இருந்தால் எப்படி இருப்பாய் என்று நினைத்து சிரித்து கொண்டாள். ஆனால் அப்பா அம்மா மட்டும் அடிக்கடி தங்களுக்குள் பேசிக் கொள்வதும் தான் வந்தவுடன் நிப்பாட்டுவதும் அவளுக்கு புரிந்தது.

கிளம்பும் நாளுக்கு முந்தைய தினம் அம்மா அப்பா இருவரும் அவள் அருகில்

வந்துஉட்கார்ந்தார்கள்." ஜெயா நாங்கள் ஒண்ணு சொன்னால் நீ கோபப்படக் கூடாது. உன் கணவர் பிறந்த குழந்தையை நீ அங்கு தூக்கி வருவதை விரும்பவில்லை அதனால் குழந்தை எங்களுடன் இருக்கட்டும் இரண்டு குழந்தைகளுடன் நீ கிளம்பு.." என்றவுடன் ஜெயாவின் உதட்டு வளைவில் சிரிப்பு நின்றது. அப்பா அம்மாவிற்கு அதன் அர்த்தம் புரியவில்லை

ஜெயாவே பேச ஆரம்பித்தாள். "அம்மா, அப்பா எனக்கு அப்பவே சந்தேகமாக இருந்தது என் அருமை கணவன் எப்படி என்னை கொண்டு விட சொன்னான் என்று. நீங்களும் அவன் சொன்னதை என்னிடம் மறைத்து விட்டீர்கள் இல்லையென்றால் என் முடிவை அப்போதே சொல்லி இருப்பேன். அம்மா, அப்பா தான் இதற்கு ஒத்துக் கொண்டால் நீ ஒரு பெண் தானேம்மா நீ ஒரு குழந்தையை பெற்று இருக்கிறாயே அடுத்த வேளை பாலுக்கு அம்மாவின் முந்தானையை தேடும் இந்த மூன்று மாச குழந்தையை விட்டு விட்டு போக சொல்கிறாயே இந்த குழந்தைக்கு பால் குடுக்க முடியாததால் ஒரு பெண்ணான எனக்கு எவ்வளவு உடம்பு அவஸ்தை இருக்கும் அப்பாவுக்கு புரியாது உனக்கு புரியாதா. இதோ பார் இவ்வளவு

அழகாக சிரிக்கும் இந்த சிங்காரியை எந்த தாய்க்காவது விட்டு விட்டு போக தோன்றுமா.

நானும் பிரசவத்தின் போது பெண்ணாக இருந்தால் உன்னிடம் கூட்டிக் கொள் கடவுளே என்று வேண்டினேன் ஆனா அந்த நர்ஸ் என்னிடம் காண்பிக்கும் போது ரோஜா நிறத்திலும் கரிய விழியுடன் கை கால் அசைத்து அந்த குழந்தை என்னை பார்த்த போது கடவுள் மகிழ்ச்சிப் பூக்களை குழந்தையாக்கி எனக்கு கட்டி குடுத்தது போல் உணர்ந்தேன். இதை நான் யாருக்காகவும் விட்டு கொடுக்க போவதில்லை.

அம்மா அப்பா உங்கள் சொல் கேட்டு உங்கள் மாப்பிள்ளைக்காக என் வேலையை விட்டேன். இப்போது என்னுடைய ரிசைன் பண்ணின கம்பெனில வேலையை தொடரப்போகிறேன். இதையெல்லாம் எதிர்பார்த்து நான் வேலை செய்த கம்பெனில ஏற்கனவே பேசினேன் ஆனால் அப்பா மதுரை போய் விட்டு வந்த பிறகு அடுத்த வாரம் என் வீடு போவதாக சொன்னதும் அவர்களிடம் வேண்டாம் என்று சொல்லி விட நினைத்தேன் ஆனால் என் அருமை கணவனை நேரில் பார்க்காமல் எந்த முடிவும் அவசரப்பட்டு எடுக்க வேண்டாம் என்று நான் நினைத்தது நல்லதா போச்சு அடுத்த மாசம்

ஜாயின் பண்றேன்னு சொல்லி இருக்கேன்.. அப்பா நம்ம வக்கில் கிருஷ்ணன் க்கு ஃபோன் பண்ணி டைவர்ஸ் நோட்டிஸ் அனுப்ப ஏற்பாடு பண்ணுங்கப்பா இதுதான் என்னுடைய இறுதி முடிவு. என் குழந்தைகளை சிங்கிள் பேரன்ட்டாக என்னால் வளர்க்க முடியும். கண்டிஷன் போடும் மனிதாபிமானம் இல்லாத அப்பா இவர்களுக்கு தேவை இல்லை.." என்று குழந்தையை தூக்கி முத்தம் இட்டு தன் தோளில் தூக்கிக் கொண்டு ரூமை விட்டு வெளியேறினாள்.

அப்பாவுக்கும், அம்மாவுக்கும் பெண்ணின் திருமண வாழ்வு இடையிலேயே முடிந்து போனது வருத்தத்தை தந்தாலும் அவள் நிமிர்ந்து நின்ற விதத்தில் அவள் தன்னையும் தன் குழந்தைகளையும் காப்பாற்றிக் கொள்வாள் என்ற நம்பிக்கையினால் நிம்மதி பிறந்தது.

ராதிகா ஒரு நித்திய சுமங்கலி

ராதிகாவும் இவளும் அந்த வங்கியில் வேலை பார்க்க ஆரம்பித்து இன்றுடன் முப்பத்தி இரண்டு வருடங்கள் முடிஞ்சு பதவி ஓய்வும் ஆயாச்சு. இவள் மனசு பழசை அசை போட்டது.

ரெண்டு பேரும் ட்ரைனிங் முடித்து ஒரே கிளையில் ஐந்து வருஷம் வேலை பார்த்தனர்.அதன் பிறகு எத்தனையோ கிளைகள் மாறினாலும் ரெண்டு பேருக்கு இடையில் ஏற்பட்ட நட்பு மேலும் மேலும் பலப்பட்டு கொண்டு தான் இருந்தது. ஒரே கிளையில் வேலை பார்த்த போது ரெண்டு பேரின் திருமணமும் நடந்தது. இவளுடைய கணவனும் வங்கியில் வேலை பார்த்து கொண்டு இருந்தார். ராதிகாவின் கணவன் ஒரு ஐடி கம்பெனியில பெங்களூரில் வேலை பண்ண அவள் திருமணத்துக்கு பிறகு பெங்களூரில் செட்டில் ஆனாள்.ஆனால் வாரம் ஒருமுறை இருவரும் பேசும் வழக்கம் மாறவில்லை.காலம் உருண்டு ஓட இருவருக்கும் ஒரு பெண் குழந்தை பிறந்து ஸ்கூல் சேர்த்து என்று வழக்கம் போல் எல்லாம் நடக்க..

திடீர் என்று ஒரு நாள் மாலை ராதிகா விடம் இருந்து போன் வர ராதிகா, "நான் இனிமேல் அவருடன் வாழப் போவதில்லை குழந்தையைக் கூட்டி கொண்டு மெட்ராஸ் வருகிறேன் எனக்கு ட்ரான்ஸ்பர் ஆகி விட்டது" என சொல்ல இவள் ஷாக் ஆனாள்.

"ஏன் போன வாரம் உன்னுடன் பேசும் போது கூட இதை பற்றி நீ சொல்ல வில்லையே.." என கேட்க" ட்ரான்ஸ்பர் வந்த பிறகு சொல்லலாம் என்று இருந்தேன்" என்றாள்.

இவளுக்கு மனம் முழுக்க ராதிகாவைப் பற்றி ஓடி கொண்டு இருந்தது. அவள் என்ன பைத்தியமா எட்டு வயது பெண் குழந்தை, கணவனை விட்டு விட்டு வரப் போகிறேன் என்று சொல்கிறாள் என்ற கவலை இவளை அரித்தது.

ஏன் இப்படி இருக்கா எல்லா பெண்களின் வாழ்க்கையும் நினைத்தது போலவா இருக்கிறது அட்ஜஸ்ட்மெண்ட்ல தான் எல்லாமே ஓடிக் கொண்டு இருக்கிறது. இவளுக்கும் இவள் கணவனுக்கும் கூட நிறைய மிஸ் அண்டர்ஸ்டாண்டிங். ஆனால் இவள் அம்மாவின் ஒரு வார்த்தை அவளை கட்டி போட்டு வைத்தது.

எஸ் அவள் அம்மா ஒரு நல்ல எழுத்தாளர்.மேடை பேச்சாளரும் ஒரு சமூக சேவகியும் கூட. எப்போதும் சொல்வாள் “உன் பொருள் மட்டும் என்றால் நீ எப்படி வேணாலும் முடிவு எடுக்கலாம்.ஒரு குழந்தை பெறும் முன் ஒருவரை பற்றி ஒருவர் நன்றாக புரிந்து கொண்டு இருக்க வேண்டும். அவசர கதியில் பிள்ளையை பெற்று கொண்டீர்கள் அதனால் அது வளர்ந்து உங்களை புரிந்து கொள்வதற்கு முன் நீங்கள் ஒருவரை ஒருவர் நன்றாக புரிந்து கொள்ளுங்கள். நீங்கள் இருவரும் சேர்ந்து உருவாக்கிய ரத்தமும் சதையிலும் ஆன ஓரு குழந்தை அந்த குழந்தை க்கு நீங்கள் இருவரும் சொந்தம் இதில் ஒருவர் பிரிந்தாலும் அக்குழந்தையின் மகிழ்ச்சியான வாழ்வு பின்னால் கேள்விக்குறி.. அப்பா என்ற பாசமும் அம்மா என்ற தாய்மையும் அதன் வாழ்க்கைக்கு ரொம்ப முக்கியம். அதுவும் நீ பெற்று இருப்பது ஒரு பெண் என்று சொல்வதை விட ஒரு குடும்பத்தின் வழிகாட்டி நீ யும் உன் கணவனும் சேர்ந்து வாழும் வாழ்க்கை அவளுக்கு முன் உதாரணம் ஆக இருந்தால் ஒரு நல்ல வழிகாட்டி இந்த சமுதாயத்துக்கு கிடைப்பாள். நான் சொல் வதை எல்லாம் புரிந்து கொள்ளும் அளவுக்கு நான் உன்னை சரியான முறையில் வளர்த்து இருக்கிறேன் என்று நினைக்கிறேன். .”

சரியான நேரத்தில் சரியான இடத்தில் அம்மாவின் அருமையான அட்வைசால் இவள் வாழ்க்கை சந்தோஷமாக மாறியது.

இன்று ஸ்டேஷன்க்கு போய் ராதிகாவை ரிசீவ் செய்ய வேண்டும். அவள் சொன்ன படி குவார்ட்டர்ஸ் எல்லாம் பார்த்து பிக்ஸ் பண்ணி சாமான் எல்லாம் இவளும் இவள் கணவனும் ரிசீவ் செய்து செட்டில் செய்து விட்டார்கள். இவள் ராதிகாவையும் பெண்ணையும் வீட்டிற்கு கூட்டி போய் சாப்பாடு முடித்து அனுப்ப பிளான். ட்ரெயினில் இருந்து இறங்கிய ராதிகாவை இவளால் அடையாளம் கண்டுபிடிக்க முடியாத அளவு இளைத்து இருந்தாள். அவளை அந்த மாதிரி பார்த்த உடன் இவள் மனதில் கவலை தொற்றி கொண்டது.

அவள் வாழ்க்கையைப் பற்றி எதுவும் பேசாமல் வங்கி வேலை என்றெல்லாம் பேசி நேரத்தை கடத்த ஒரு ஸ்டேஜ்ல பொறுமை இழந்த ராதிகா இவளிடம் "என்னை பற்றி கேட்க மாட்டியா.." என்று கேட்டு குலுங்கி அழ இவளின் கணவன் ராதிகாவின் பெண்ணை கூட்டி கொண்டு இவர்களுக்கு தனிமையைக் கொடுத்து விலகினான்.

ராதிகாவின் பேச்சில இவள் புரிந்து கொண்டது இருவருக்கும் ஈகோ. தணிந்து போவதில் இருவருக்கும் விருப்பம் இல்லை. தான் பெற்ற பெண்ணைப் பற்றி அவள் வாழ்க்கையை பற்றி இருவரும் கவலை பட வில்லை என்பது புரிந்தது. கண்ணாடியில் விரிசல் ஒட்டி பிரயோஜனம் இல்லை. இது சரி செய்ய முடியாதது என்று புரிந்து கொண்ட இவள் அதற்கு பிறகு ராதிகாவின் பர்சனல் லைப் பற்றி பேசுவதை நிறுத்தினாள். காலம் ஓடியது.

பெண்களின் திருமணம் நடந்து முடிந்தது. ராதிகாவின் பெண் படிக்க போன இடத்தில் ஒரு வெளிநாட்டுக்காரரை திருமணம் செய்து செட்டில் ஆனாள். இருவரின் ரிடையர்மேண்டும் ஆனது. ராதிகா மட்டும் தனியாக அவளின் சொந்த வீட்டில் வசித்தாள். ராதிகா தனது சொந்த பந்தங்களிடம் இருந்து விலகி இருந்தாள். போன் நம்பர் மாற்றினாள். இவளைத் தவிர ராதிகா வேறு யாரிடமும் புது காண்டாக்ட் நம்பர் குடுக்காததால் ராதிகாவுக்கு வேறு யாரிடத்திலும் தொடர்பு இல்லாது போனது. இவள் இதையெல்லாம் அசை போட்டு கொண்டு இருக்க இவளுடைய மொபைல் திரையில் ராதிகா அவளை கூப்பிடுவது தெரிந்தது. அன்று ஈவினிங் இவள் வீட்டின் அருகில் ஒரு கோவிலுக்கு அவளுடைய பிரண்ட்ஸ் குரூப் உடன்

பஜனைக்கு வருவதாகவும் மீட் பண்ணலாம் என்றும் சொன்னா.

மற்ற எல்லாவற்றையும் மறந்து ராதிகா தனக்கு என்று ஒரு பிரண்டு குரூப் ஸ்லோகம் நவராத்திரி சுமங்கலி பூஜை கோவில் டூர் என்று சுற்றி வந்தாள். அன்று மாலை இருவரும் கோவில்ல மீட் பண்ணினார்கள். அருமையான பட்டு புடவையில் முழ நீள பின்னலும்

வகிட்டில் குங்குமமும் வாய் நிறைய சிரிப்புமாக இருந்த ராதிகாவை பார்க்க ஐம்பது வயது தாண்டியவள் என்று யாராலும் சொல்ல முடியாது.

ராதிகாவை இப்படி பார்ப்பது இவளுக்கு சந்தோஷமாக இருந்தது. கோவில் வாசலில் ரெண்டு முழம் பூ வாங்கிய ராதிகா இவளிடம் கொஞ்சம் கட் பண்ணிக் குடுத்தாள். அத்தனை பூவையும் ஆசையாக வாரி அவள் சூட்டிக் கொண்ட தோடு நில்லாமல் நான் இப்போ நிம்மதியா இருக்கேன்டி என் வீட்டுக்காரர் எங்கோ ஹோம்ல இருக்கிறதா கேள்வி பட்டேன். ஆனால் அதை எல்லாம் யோசிக்க எனக்கு நேரம் இல்லை. அவனுடன் திருமண வாழ்வு எனக்கு சந்தோஷத்தை குடுக்கவில்லை. ஆனால் அவனால் ஏற்பட்ட இந்த சுமங்கலி கோலத்துக்கு இந்த

சமுதாயத்தில் நல்ல மதிப்பு. கோவில் குளம் பஜனை சுமங்கலி பூஜை மங்கலி பெண்டுகள் என்று என் பிரண்டு சர்கிளில் உடன் பயங்கர பிசி ஆக இருக்கிறேன்.. என்றாள். நீ சந்தோஷமாக இருந்தால் எனக்கும் சந்தோஷம்டி.. என்றவள் ராதிகாவிடம் விடை பெற்று வீடு வர இவள் மொபைல் ஃபோன் ரிங் ஆகியது..எடுத்தவள் யார் என்று கேட்க நான் ராதிகாவின் கணவரின் மன்னி." உங்கள் நம்பர் கஷ்டப் பட்டு கண்டு பிடிச்சென் ராதிகா எங்க இருக்கா தெரியுமா ரொம்ப அர்ஜென்ட் எங்கள் யாரிடமும் காண்டாக்ட் இல்லை" என்றாள். "அவசரம்" என்றாள்.

இவளுக்கு அவள் அவசரம் என்று சொன்னதால் மீண்டும் கேட்டாள் "என்ன விஷயம்?" என்று

அதற்கு அவள் ராதிகாவின் கணவனின் காலம் ஆகிவிட்டது இன்று காலை தான். அவளுக்குரிய சாங்கியங்கள் எல்லாம் எங்கள் குடும்ப வழக்கப்படி செய்தால்தான் நாளை எங்கள் குடும்பத்தின் வாரிசுக்கு பாதிப்பு இல்லாமல் இருக்கும் அதனால் அவளை கூட்டி வர வேண்டும் என்றாள் கேட்டு கொண்டு இருந்த இவளுக்கு சிரிப்பு தான் வந்தது. நேற்று வரை பிரிந்து இருந்த அவர்களை சேர்த்து வைக்க நாதி இல்லை

இப்போது பிற்கால வாரிசு, எரிச்சலாக வந்தது. சாங்கியங்கள் என்று அவள் சொன்னது அந்த பத்தாம் நாள் காரியம் என்று இவளுக்கு புரிந்தது ராதிகாவிடம் கொஞ்சம் முன்னாடி பேசியது இவள் நினைவிற்கு வந்தது

"நான் இப்போ நிம்மதியா இருக்கேன்டி என் வீட்டுக்காரர் எங்கோ ஹோம்ல இருக்கிறதா கேள்வி பட்டேன். ஆனால் அதை எல்லாம் யோசிக்க எனக்கு நேரம் இல்லை கோவில் குளம், பஜனை சுமங்கலி பூஜை, மங்கலி பெண்டுகள் என்று என் பிரண்டு சர்க்கிளுடன் பயங்கர பிசியாக இருக்கிறேன். அவனுடன் திருமண வாழ்வு எனக்கு சந்தோஷத்தை குடுக்க வில்லை ஆனால் அவனால் ஏற்பட்ட இந்த சுமங்கலி கோலத்துக்கு இந்த சமுதாயத்தில் நல்ல மதிப்பு. .."ராதிகா பேசிய வார்த்தைகள் ஒரு காதில் ரீங்காரம் செய்ய மறு காதில் மொபைல் வைத்து இருந்த இவள் போனில் ராதிகாவின் மன்னியிடம் "என்னிடமும் அவள் நம்பர் இல்லை காண்டாக்ட் விட்டு போய் பல வருஷம் ஆச்சு. ." என்று போனை வைத்தாள்.

ராதிகாவின் திருமண வாழ்க்கை தான் சந்தோஷமாக இல்லை.. அவள் ஒரு நித்ய சுமங்கலியாக அவளுடைய மீதி வாழ்க்கையை

சந்தோஷமாக வாழட்டும் என்கிற இவள் முடிவு இவளுக்கு சரியானதாக பட்டது உங்களுக்கு?

வயோதிகத்தின் வலி

ராதாவுக்கு இன்றிலிருந்து ஒரு வாரம் ட்ரெய்னிங்.. வங்கியில் வேலை பார்க்கும் அவளுக்கு அவ்வப்போது இந்த மாதிரி ட்ரெய்னிங் இருக்கு.. இந்த தடவை மைலாப்பூர் பாரதீய வித்தியா பவன்ல வைத்து அடிச்சி பிடிச்சு பஸ் பிடித்து கபாலீஸ்வரர் கோவில் வாசல்ல நின்னு கன்னத்துல போட்டுண்டு அவசர அவசரமாக சென்டர் போய் நிற்கும் போது மணி பத்து அடிக்க பத்து நிமிஷம் இருந்தது. கிளாஸ்ல சேர்ல உட்கார்ந்த அவள் ஒரு அரை பாட்டில் தண்ணீர் குடித்த பிறகுதான் பட படப்பு இல்லாமல் நார்மல் ஆனாள்.

காலைல நாலு மணிக்கு எழுந்து பிள்ளைகளை ரெடி பண்ணி ஹஸ்பண்ட்க்கும் குழந்தைகளுக்கும் தனக்கும் லஞ்ச் கட்டி ஆபீஸ் படியை கரெக்ட் டைம்க்கு மிதிக்கும் போது என்னவோ ரன்னிங் ரேஸ்ல பர்ஸ்ட் வந்த மாதிரி ஒரு பெருமிதம்

ராதாவும் ராகவனும் காதல் திருமணம் புரிந்தவர்கள். ராகவனுக்கு ஒரு அண்ணா இரண்டு

தங்கை. ராதா ராகவனுடைய அண்ணாவைத் தவிர யாரையும் பார்த்தது இல்லை.அதுவும் இவள் ராகவனை கல்யாணம் செய்து கொள்ளக் கூடாதுன்னு சண்டை போட வந்தான். எப்பவாவது இவள் ராகவனின் பெற்றார் பற்றி கேட்டால் ராகவன் "தேவை இல்லாமல் பிரச்சினையை கிளப்பாதே நாம் இப்போது தான் சென்னைக்கு ட்ரான்ஸ்பர் ஆகி வந்து இருக்கோம். அண்ணாக்கும் நமக்கும் காண்டாக்ட் இல்லை.நாம் நம்ம இருக்கும் இடத்தில் இருப்போம் அவர்கள் அவர்களுக்கு பிடித்த இடத்தில் இருக்கட்டும் அவர்களால் உன்னை ஏத்துக் கொள்ள முடியவில்லை அப்புறம் எதுக்கு போய் பார்த்து அவங்களை கஷ்டப் படுத்தி அவர்கள் சொல்லும் வார்த்தைகள் கேட்டு நீ கஷ்டப்படணும் விடு.." என்பான்.

கிளாஸ்க்கு பேகல்டி வந்து விட்டதால் இவள் சிந்தனை சங்கிலி அறுந்து கிளாசில் அவள் கவனம் போக தொடங்கியது. மதியம் லஞ்ச் டைம் ல சாப்பிட்டு முடிந்ததும் அவளுடைய பிரண்ட் அவளிடம் "பக்கத்துல ஒரு ஓல்ட் ஏஜ் ஹோம் இருக்கு பார்க்கலாம் வா.." என்று கூப்பிட்டாள். வயதான தாய் தந்தை என்று யாருமே இல்லாத ராதாவுக்கு அந்த முதியோர்களை பார்த்து வரலாம் என்று தோன்றியது.

அங்கு நுழைந்தவுடன் தான் அவளுக்கு ஏன் வந்தோம் என்று தோன்றியது.

வயதானவர்களின் சில பேர் வாசலைப் பார்த்து கொண்டு இருப்பதை பார்க்க அவளுக்கு வயிறு கலங்கியது.. மனம் பிசைந்தது. இவர்களுக்கு பிறந்தவர்கள் எல்லாம் மனிதர்களா மிருகங்களா. மிருகங்கள் கூட தன்னை வளர்த்த எஜமானர்களிடம் கடைசிவரை அதாவது தன் உயிர் உள்ளவரை பாசமாக இருக்கும் இவங்களுக்கு பிறந்தவா எல்லாம் என்ன ஜன்மங்கள் என்று அவர்களை மனதுக்குள் திட்டி கொண்டாள்.

அத்தனை பேரிலும் அவளுக்கு அந்த லட்சுமி அம்மாளை ரொம்ப பிடித்துவிட்டது

"ஏம்மா பையன் உங்களை பார்க்க வரலியா.." எனக் கேட்க அந்த அம்மாவும் "ஆமாம்மா ரெண்டு மாசம் ஆச்சு என் பேத்திக்கு பதினைந்து வயசு பேரனுக்கு பன்னண்டு வயசு பிறந்ததில் இருந்து நான்தான் வளர்த்தேன் என் ஆத்துக்காரர் இறந்த உடனே என் உடம்பு ரொம்ப வீக் ஆகி வீட்டு வேலை குழந்தைகள் பார்த்து கொள்வது எதுவுமே முடியல. குழந்தைகள் எல்லாம் பார்த்துண்ட என்னை அவர்களால் பார்த்துக்க முடியல. அதான் இங்க கொண்டு

விட்டுட்டா. பையன் கூட பார்க்காட்டா பரவா இல்லை பேரன் பேத்தியைப் பார்க்க மனசு ஏங்குகிறது..” என்று சொல்லி முடிக்கும் போது லட்சுமி அம்மாள் கண்ணில் மட்டுமில்லை ராதாவின் கண்ணிலும் கண்ணீர் கரை கட்டி நின்றது.

நாலு நாளும் லஞ்ச் டைம்ல லட்சுமி அம்மாவை பார்த்து வந்த அவள் மறுநாள் ட்ரைனிங் கடைசி என்றும் “உங்கள் பையன் அட்ரஸ் இருந்தா குடுங்கோ நான் போய் பேசி பார்க்கிறேன்..” என்று சொல்லவும் அவள் பெட்டியைத் திறந்து ஒரு போட்டோவின் பின்னால் எழுதிய அட்ரஸ் காட்டினாள். போட்டோ வை கையில் வாங்கிய அவள் ஆர்வத்துடன் அந்த அன்பில்லாத கல் மனசு பிள்ளை யார் என்று பார்க்க திருப்பிய அவள் திகைத்தாள். ராகவனின் அண்ணா தான் அந்த போட்டோ வில் இருந்தவர். லட்சுமி அம்மாளிடம் போட்டோவைத் திருப்பி குடுத்த அவள் கண்களில் கண்ணீருடன் வெளியில் வந்தவள் போனில் ராகவனை அழைத்தாள். அவனிடம் விவரம் சொல்லி காரில் குழந்தைகளையும் கூட்டிக் கொண்டு ஐந்து மணிக்கு வர சொன்னாள்.

நேராக இல்ல நிர்வாகியிடம் போய் பேசினாள். லட்சுமி அம்மாவை பார்க்க யாரும் வருவது இல்லை என்றும் நாங்களும் அவர்களுடைய உறவினர்களை காண்டாக்ட் பண்ண ட்ரை பண்ணி கொண்டு இருப்பதாகவும் சொன்னார் உடன் மதிய செஷன் அட்டென்ட் பண்ணிய அவள் ஈவினிங் ராகவன் வந்தவுடன் இல்லத்துக்கு போனா. இல்ல நிர்வாகியிடம் விவரம் சொல்லி விட்டு குழந்தைகளை லக்ஷ்மி அம்மாவிடம் காண்பித்தாள். ராகவனைப் பார்த்த லட்சுமி அம்மா கட்டி அணைத்து கொண்டாள். ராதா ராகவனின் மனைவி என்று தெரிந்து லட்சுமி அம்மா கூனி குறுகி மன்னிப்பு கேட்டாள்.

ராதா, “அம்மா மன்னிப்பு எல்லாம் கேக்காதேங்கோ கடவுளா பார்த்து தான் எனக்கு இந்த ட்ரைனிங் போட்டு உங்களை பார்க்க வைத்தது இருக்கார் இதுவும் உங்கள் பேரன் பேத்தி தான் எங்களுடன் எங்கள் வீட்டுக்கு வர உங்களுக்கு ஆட்சேபனை இல்லையே..” என்று ராதா கேட்டு கொண்டு இருக்க லக்ஷ்மி அம்மாள் தன் ட்ரன்க் பெட்டியை கையில் சுமந்து வந்து கொண்டு இருந்தாள். ராதாவும் ராகவனும் சந்தோஷத்துடன் கை தாங்கலாக லக்ஷ்மி அம்மாவை காரில் ஏற்ற குழந்தைகள் ஆளுக்கு ஒரு கையை பிடித்து கொண்டு “பாட்டி வாங்க

நம்ம வீட்டுக்கு போலாம்" என்று சொல்ல ரெண்டு குழந்தைகளையும் ஒரு பாட்டியாக இழுத்து அணைத்து கொண்டாள் லக்ஷ்மி அம்மாள்.

வாரிசுக்கு வரவேற்பு

வசுந்தராவும் வாசுவும் சென்னை விமான நிலையத்தில் இருவர் கையிலும் 3 மாச குழந்தையுடன் வந்து இறங்கினர். அவள் கையில் இருப்பவன் வெங்கட்.. வாசுவின் அப்பா பெயரிடப் பட்டவன். அவன் கையில் இருப்பவள் லதா, வாசுவின் அம்மா பெயரிடப்பட்டவள்.

யுஎஸ்ஏ விலிருந்து குழந்தைகளுடன் முதல் முறையாக இந்தியா வந்து இறங்கினர். பார்மாலிட்டிஸ் முடித்து பண்ணிட்டு லக்கேஜுடன் வெளியே வர ஒரு மணி நேரம் ஆனது. கையில் குழந்தை களுடன் வரும் அவர்களைப் பார்த்து குடும்பமே ஆர்ப்பரித்தது. அம்மா அப்பாவின் முகத்தில் கொப்புளிக்கும் சந்தோஷத்தைப் பார்த்து இதற்காக என்ன வேண்டுமானாலும் செய்யலாம் என்பது போல் இருந்தது. வாசுவும் வசுந்தராவும் மலர்ந்த முகத்துடன் ஒருவரை ஒருவர் பார்த்துக் கொண்டனர்.

உறவினர்கள் அத்தனை பேரும் ஆஜர்.. ஆள் ஆளுக்கு குழந்தைகளை தூக்கிக் கொஞ்சினர். அண்ணி பேத்தி உங்க மாதிரியே இருக்கா என்று வாசுவின் அத்தை சொல்ல மாமா பேரன் உங்க

மாதிரியே இருக்கான்னு வாசுவின் மாமா சொல்ல அங்கு ஒரே சிரிப்பும் சந்தோஷமும் நிறைந்து இருந்தது

வாசுவின் அப்பா தான் “எல்லோரும் கிளம்பலாம் குழந்தைகள் டையர்ட் ஆக இருப்பார்கள்..” என்று சொல்லி எல்லோரையும் கிளப்பினார். வீட்டிலும் பலத்த வரவேற்பு

வெல்கம் டு லதா அண்ட் வெங்கட் என்று கலர் கோலம் போடப்பட்டு இருந்தது.

வீடே விழாக் கோலம் கொண்டு இருந்தது. வாசு, வசுந்தரா இருவரும் வீட்டினுள் வந்து பாஸ்போர்ட் மத்த டாகுமென்ட் எல்லாம் பீரோவில் வைத்து பத்திரப் படுத்தி விட்டு பிரெஷ் ஆகி வர சென்றனர்.

பாட்டியும் தாத்தாவும் பேத்தி பேரனுடன் விளையாடிக் கொண்டு இருந்தனர்.

சாப்பாடெல்லாம் முடிந்து படுக்கையறைக்கு வந்த வசுந்தராவுக்கு நினைவலைகள் பின் நோக்கி பாய்ந்தது.

பேமிலி கோர்ட் கவுன்சிலிங் ரூம்ல வசுந்தராவும் வாசுவும் எதிர் எதிராக அமர்ந்து இருந்தனர். கவுன்சிலர் வசுந்தராவிடம் “அம்மா

உன்னிடம் இத்தனை நாள் பேசியதிலிருந்து நீ ஒரு அருமையான பெண்ணாக தெரிகிறாய், வாசுவிடம் பேசியதிலிருந்து அவன் ஒரு அருமையான மனிதனாக தெரிகிறான். நீ இப்போதும் அவனிடமும் அவன் உன்னிடம் பிரியமாகத்தான் இருக்கிறீர்கள் என்பது உங்களிடம் செய்த கவுன்சிலிங்ல நான் புரிந்து கொண்டேன் அதுக்கு அப்புறம் ஏன் இந்த விவாகரத்து வாங்கணும்கிற பிடிவாதம். நீ எனக்கு என் பெண் மாதிரி தெரிகிறாய். உன் வாழ்க்கை நல்லா இருக்கணும்கிற ஆர்வத்துலதான் கேக்கிறேன் சொல்லு.." என்றார்.

வசுந்தரா வாசுவின் முகத்தை பார்த்தவள் அவனுடைய ஒப்புதலுடன் கவுன்சிலரிடம் சொல்ல ஆரம்பித்தாள் "சார் நானும் வாசுவும் ஒருவரை ஒருவர் ஆறு வருடம் காதலித்து மணம் புரிந்தவர்கள். வாசு வீட்டிற்கு ஒரே பையன். நிறைய சொத்து பத்து உள்ளவன். நான் அநாதை விடுதியில் வளர்ந்தவள். வாசு வீட்டில் என்ன முதலில் ஏற்றுக் கொள்ள வில்லை.

வாசுவின் பிடிவாதத்தால் என்னை மருமகளாக ஏற்றுக் கொண்டார்கள்.

முதல்ல கொஞ்சம் கஷ்டமாத்தான் இருந்தது ஆனால் பர்ஸ்ட் இரண்டு வருசத்துல அவங்க எல்லோர் மனத்திலும் இடம் பிடிச்சு விட்டேன்.

முதல் மூன்று வருடம் சந்தோஷமா போச்சு. அதற்கப்புறம் அத்தை, மாமாவின் உறவுகள் பேரன் பேத்தி உடன் வர அத்தையும் மாமாவும் ஜாடை மாடையாக குழந்தை பற்றி பேச

வாசுவும் நானும் எங்கள் பிளானிங் முடிச்சு குழந்தை பெற்று கொள்ள தீர்மானம் செய்தோம். தீர்மானம் செய்த முதல் மாதத்தில் இருந்து நாங்கள் அந்த எதிர்பார்ப்பில் இருந்தோம்.ஆனால் நாம எதிர்பார்த்த படி எல்லாமே நடந்து விட்டால் தெய்வம் ஏதுமில்லை என்று நினைக்க

தோன்றுமே அதனாலதானோ அடுத்த இரண்டு மூன்று வருஷங்களுக்கு எதுவுமே நல்லது நடக்கவில்லை. ஐந்து ஆறு வருஷம் ஆனவுடன் ஒவ்வொரு உறவினரும் அவர் அவர்களுக்கு தெரிந்த செயற்கை கருத்தரிப்பு மையத்தின் அட்ரஸ் ,டாக்டர் அட்ரஸ் என்று கொண்டு வர சென்னையில் மிகப்பெரிய பெரிய டாக்டரிடம் அப்பாயின்மென்ட் வாங்கி முதல் தடவையாக நானும் வாசுவும் போனோம். மனத்தில்

எத்தனையோ எதிர்பார்ப்புடன் நானும் வாசுவும் ஹாஸ்பிடல் போனோம்.

அங்கு டாக்டர் சொன்ன உண்மை எங்கள் உள்ளத்தைக் கிழித்தது. சத்தம் இல்லாமல் கதற வைத்தது. என்ன பண்ண என்று புரியாமல் வீடு வந்து சேர்ந்தோம். அடுத்த ஐந்து ஆறு மாதங்களுக்கு அமைதியாக சென்ற வாழ்க்கையில் மீண்டும் புயல் அடித்தது. அத்தை என் மேல் வெறுப்பை உமிழ ஆரம்பித்தார்கள். இதற்கு இடையில் அத்தையின் தம்பி டெஸ்ட் ட்யூப் பேபி பற்றி சொல்ல அதை வேணா ட்ரை பண்ணலாம் என்ற முடிவுக்கு வந்த அத்தை எங்களிடம் அதை சொல்ல நாங்கள் இருவரும் திடுக்கிட்டு என்ன பதில் சொல்வது என்று தவித்தோம்".

இதுவரை கேட்டுக் கொண்டிருந்த கவுன்சிலர் தலை நிமிர்ந்து "டெஸ்ட் ட்யூப் பேபி என்பது நல்ல முடிவு தானே அவர்களுடைய வாரிசு அவர்களுக்கு வேண்டும் என்பதில் என்ன தவறு. உங்கள் இருவருக்கும் இதில் என்ன பிரச்சினை.." என்று கேட்க

வாசு தலை நிமிர்ந்து "சார் பிரச்சினையே அங்குதான். என் விந்தணுக்களில் பிரச்சினை என்றும் என்னால் ஒரு குழந்தைக்கு தகப்பன் ஆக

முடியாது என்று முதலில் டெஸ்ட் பண்ணிய திலேயே தெரிந்தது"..வசுந்தரா தொடர்ந்தாள்.

"சார் பெண் என்பவள் குடும்பத்தில் எத்தனை பிரச்சினை வந்தாலும் பழி தன் மேல் திணிக்க பட்டாலும் அதை உணர்வு பூர்வமாக அணுகாமல், அறிவு பூர்வமாக அணுகி சரி செய்வாள். மற்றவர் சொல்வது போல் அவள் வீக்கர் செக்சன் அல்ல பலமானவள். ஆண் என்பவன் குடும்ப விஷயத்தை தவிர மற்ற எல்லா விஷயங்களிலும் பலசாலி, அறிவு பூர்வமாக செயல் படுபவர்கள் ஆனால் குடும்பத்தில் ஒரு பிரச்சினை அதுவும் அவன் மேல் பழி என்றால் அதை உணர்வு பூர்வமாக அணுகி தன்னை மிகவும் வருத்தி கொள்வான்.இது நான் எத்தனையோ இடங்களில் பார்த்தது. எனக்கு வாசு யாரிடமும் அதுவும் என் முன்னால் அவமானப்படுவதை பார்க்க முடியாது.அதனால் நானே அத்தையிடம் டெஸ்ட் டியூப் பேபிலாம் ஒத்துக்க முடியாது என்று சொன்னவுடன் அத்தை நான் வாசுவுக்கு விவாகரத்து குடுக்கணும் என்றார். விவாகரத்து என்பதை தவிர்க்க நானும் எவ்வளவோ போராடினேன். ஒரு ஸ்டேஜ்ல அத்தையின் வார்த்தைகள் என் கருவறையை மட்டும் கிழிக்காமல் என் உடம்பின் எல்லா இடங்களையும் குத்திக் கிழித்தது.

பெண்ணுக்கு எதிரி பெண்தான் என்பதை முதல் முதலாக உணர்ந்தேன். மாமாவுக்கு எவ்வளவோ என் மேல் பிரியம் இருந்தாலும் அத்தையை எதிர்த்து அவரால் எதுவும் செய்ய முடியவில்லை வாசுவிடம் எந்த நிலையிலும் உண்மையை சொல்லகூடாது என்று நான் சத்தியம் வாங்கினேன். அதனால் உண்மையும் சொல்ல முடியாமல், நான் தினம் தினம் அத்தையால் படும் பாட்டையும் தாங்க முடியாமல் தானே விவாகரத்துக்கு அப்ளை செய்வதாக சொன்னார். விவாகரத்துக்கு பிறகு என்பதெல்லாம் யோசிக்காமல் அந்த பிரச்சினைக்கு அப்போதைக்கு முற்றுப்புள்ளி வைக்க வாசு விவாகரத்துக்கு அப்ளை செய்தார்".

இதையெல்லாம் கேட்டுக் கொண்டிருந்த கவுன்சிலர் வசுந்தராவிடம் "ஏன்மா விவாகரத்துக்கு அப்புறம் என்ன செய்வதாக உத்தேசம்?"

"நான் ஆபீஸ்ல ஆன்சைட் கேட்டிருக்கேன் யு எஸ் கிளம்பிடறதா முடிவு பண்ணி இருக்கேன்.

வாசு "உங்க ஐடியா என்ன?" என்று கவுன்சிலர் கேட்க "நான் இன்னும் முடிவு பண்ணலை சார்" என்றார்.

"வாசு நீங்கள் இருவரும் அருமையானவர்கள் உங்கள் இருவருடைய வாழ்க்கையும் நன்றாக இருக்க வேண்டும் என்று நான் ஆசைப் படுகிறேன். நான் ஒரு ஐடியா சொல்கிறேன். உங்களுக்கு தேவையான எல்லா உதவிகளையும் நான் செய்கிறேன் முதலில் விவகாரத்து கேசை வாசு நீ வாபஸ் வாங்கு. வசுந்தராவை உன் வீட்டிற்கு கூட்டி போ. உன்னால் ஆன்சைட் ரெடி பண்ண முடியுமா?

"முடியும் சார்.."

வசுந்தராவும் நீயும் ஆன்சைட் யுஎஸ் போங்க. அங்கு மிகப்பெரிய பெரிய டாக்டரை சந்தித்ததாகவும் குழந்தைக்கான ட்ரீட்மெண்ட் தொடங்கி இருப்பதாகவும் அம்மா, அப்பா விடம் சொல். ஆறு ஏழு மாசத்துக்கு பிறகு வசுந்தரா குழந்தை உண்டாகி இருப்பதாக வீட்டிற்கு தகவல் சொல். அதற்கேற்ப நான் இங்கு அடாப்சன் சென்டர் ல விசாரிச்சு உங்களுக்கு ஏற்றவாறு குழந்தை கிடைத்தவுடன் உங்களுக்கு தகவல் சொல்கிறேன் இருவரும் கிளம்பி வாருங்கள். இங்கு யாருக்கும் தெரியாமல் உங்கள் அடாப்சன் முடிந்து நீங்கள் யுஎ ஏ போய் விடுங்கள் அதற்கு பிறகு குழந்தையுடன் இங்கு வந்து சேருங்கள். இது உங்க அம்மா அப்பாவுக்கு நாம செய்ய போற நம்பிக்கைத் துரோகம் தான். ஆனால்

உங்களுடைய அழகான புரிதலுடன் உள்ள திருமண வாழ்க்கை காப்பாற்றப்படும். ஒரு அனாதைக் குழந்தைக்கு அருமையான வாழ்வு, உண்மை தெரியாததால் உன் பெற்றாருக்கும் கிடைக்கப் போகும் சந்தோஷம்.. இதற்காக நீங்கள் உங்கள் மனசாட்சியிடம் மன்னிப்பு கேட்டு கொள்ளுங்கள் அந்த தெய்வம் உங்களுக்கு துணை இருக்கும்.." என்றார்.

அவன் அன்று கவுன்சிலிங் லிருந்து வசுந்தராவுடன் வீடு வந்து சேர அம்மா அப்பா முகத்தில் குழப்ப ரேகைகள் படிந்தது. அவன் அம்மாவிடம் "வசுந்தரா இல்லாமல் எனக்கு வாழ்க்கை இல்லை. என்னால் அவளை மறக்க முடியவில்லை" என்பதை தீர்மானமாக சொன்னான். விவாகரத்து வாபஸ் வாங்கியதை அம்மா அப்பாவிடம் சொல்ல அம்மாவுக்கு அது ரசிக்க வில்லை என்று அவனுக்கு புரிந்தது. கவுன்சிலர் சொன்னது போல் இருவரும் ஆன்சைட் அப்ளை செய்தனர். அம்மா அப்பாவின் கோபத்தை சுமந்து கொண்டு இருவரும் யு எஸ் ஏ புறப்பட்டனர்

கவுன்சிலர் சொன்னதோடு நில்லாமல் ஒரு தாய் வயிற்றில் பிறந்த இந்த இரட்டை குழந்தைகளை, பிறந்து நாற்பது நாள் ஆன குழந்தைகளைத் தத்து எடுக்க ஏற்பாடு செய்தார்.

வசுந்தராவும் வாசுவும் இந்தியா வந்து ஹோட்டலில தங்கி குழந்தைகளை தத்து எடுத்து கொண்டுயு எஸ் பறந்தனர் இரண்டரை மாசம் கழித்து, இப்போது வந்த போது தான் இத்தனை வரவேற்பும். குழந்தைகளுக்கு இந்தியன் பாஸ்போர்ட் என்பதால் வந்தவுடனே வாசு யார் பார்வையும் படாமல் இருக்க பீரோவில் வைத்து பூட்டினான்.

இதையெல்லாம் அசை போட்டு கொண்டு இருந்த வசுந்தராவுக்கு ஹால்லிருந்து வந்த சிரிப்பு சத்தம் நிகழ் காலத்துக்கு இழுத்து வந்தது. வெளியில் வந்து பார்த்த வாசுவிடமும் வசுந்தரா விடமும் அத்தையும் மாமாவும் பெரிய பஞ்சாயத்துக்கு வந்தார்கள். “வாசு பாரு குழந்தைகள் ரெண்டு பேரும் ஜாடையிலும் சிரிப்பிலும் என்னையே உரித்து வைத்து இருக்கிறார்கள் என்றால் உன் அப்பா நம்பாமல் தன்னைப் போல் இருப்பதாக சொல்கிறார் நீயே கேளு..” எனவும் வாசுவும் வசுந்தராவும் ஒருவரை ஒருவர் பார்த்து நிம்மதியுடன் சிரித்தனர் இருவரும் அந்த குடும்பத்தின் நிம்மதியையும் மகிழ்ச்சியையும் தங்களுக்கு திருப்பி கொடுத்த அந்த கவுன்சிலர்க்கு மனதில் நன்றி கூறினார்கள்.

ஜானு என்ற ராகவனின் அன்பு மனைவி

ஜானு பால்கனியில் உட்கார்ந்து யோசித்துக் கொண்டு இருந்தாள். அவளுக்கு வயசு அறுபத்து மூன்று. இருபத்தொரு வயசுல கல்யாணமாகி இந்த குடும்பத்துக்கு வந்தவ. அன்றிலிருந்து இன்று வரை இந்த குடும்பத்தை ஒரு தூண் போல நின்று நாம் காப்பாற்றி வருவதாக அவள் நினைத்தது நாலு ஆண்டுகள் அதாவது அவள் கணவன் ராகவன் ஒய்வு பெறும் வரை அவளுக்கு இருந்தது.சும்மா இருக்கும் மனிதனின் மனம் சாத்தானின் உலைக்களம் என்பதற்கு ஏற்ப இப்பல்லாம் ராகவன் ஒரு நிமிடம் உட்கார்ந்து பேசினால் கூட குத்தி பேசுவதும் சமயம் கிடைக்கும் போது குதறுவதுமாக இருந்தார்.

எல்லோரையும் போல ஈஸ்டர்ன் கலர் கனவுகளுடன் இருபத்தி ஒரு வயசில் திருமண வாழ்க்கையில் நுழைந்தாள். திருமணமான பிறகு வந்த முதல் பிறந்த நாளே அவள் எதிர்பார்ப்பு எல்லாம் புஸ்வானம் ஆகப் போகிறது என்பதை அவளுக்கு உணர்த்தியது. பணம் இருக்கோ இல்லையோ அம்மா வீட்டில் அவள் பிறந்த

நாளைக்கு புது டிரஸ் உண்டு அம்மா பாயசம் ஸ்வீட் எல்லாம் பண்ணுவாள். முந்தின நாளே 2 முழம் பூ வாங்கி வைப்பாள் இவள் தலையில் பூச் சூடி புது டிரஸ் எல்லாம் போட்டு காலேஜ் போவதை பார்த்து என் கண்ணே படும் போல இருக்கு என்று திருஷ்டி சுற்றுவாள்.

திருமணமான பிறகு வந்த முதல் பிறந்த நாளுக்கு முந்திய நாள் இவள் இரவு பன்னிரெண்டு மணி வரை முழித்து இருந்தாள் கணவன் சர்ப்ரைஸ் குடுப்பான் என்று.. அவன் ஆழ்ந்த உறக்கத்தில் இருந்தான். பிறந்த நாள் இரவு வரை காத்து இருந்து விட்டு அவனிடம் “இன்னிக்கு என்னுடைய பிறந்த நாள் தெரியுமா?” ன்னு கேட்டதுக்கு “வருஷா வருஷம் வரும் வயது ஏறும் இதுக்கெல்லாம் ஒரு கொண்டாட்டம் அவசியமா.” என்ற அவனது அந்த பதிலுக்கு பிறகு அவள் பிறந்த நாளை அவளே மறந்தாள். பிறந்த நாளுக்கு இப்படின்னா திருமண நாள் கொண்டாட்டம் என்றெல்லாம் எதிர்பார்க்க முடியுமா?

எதுவுமே இல்லை. அவளுடன் வேலை பார்ப்பவர்கள் என் ஹஸ்பண்ட் பிறந்த நாளுக்கு இந்த கிப்ட் வாங்கி குடுத்தார்.திருமண நாளுக்கு இந்த கிப்ட் வாங்கி குடுத்தார் னு சொல்லும் போது இவள் மனசு ஏங்கும். அதாவது பரவாயில்லை.

அவனது முன் கோபம் அவளை நிறைய நேரங்களில் காயப்படுத்தும் அதைதான் அவளால் தாங்கிக் கொள்ள முடியவில்லை

எல்லாவற்றையும் ஒதுக்கித் தள்ளுவது போல் அவள் குழந்தை உண்டானாள். அதை டாக்டர் இடம் கன்ஃபர்ம் பண்ணக் கூட அவளுடன் அவள் கணவன் வரவில்லை. அம்மா தான் வந்தாள். அவள் அம்மாவிடம் அவள் தன் கஷ்டங்களை என்றும் சொன்னது இல்லை. ஏன் என்றால் அம்மாவுக்கு அவள் எப்போதுமே அம்மாவின் இளவரசியாகத்தான் இருந்தாள். கணவன் வீட்டிலும் அப்படித்தான் இருப்பாள் என்று நம்பிக் கொண்டு இருக்கும் அம்மாவை அவள் ஏமாற்ற விரும்பவில்லை.

டாக்டரிடம் இருந்து வரும் வழியில் ஸ்வீட் வாங்கி கொண்டு வீடு வந்து சேர்ந்த அவள் மாமியாரிடம் நீட்டி விஷயத்தை சொல்லி "நமஸ்காரம் பண்றேன் மா.." என்றவளிடம் "இப்ப என்ன கல்யாணம் ஆயி நாலு மாசம் தானே ஆறது அதுக்குள்ள என்ன அவசரம் இன்னும் இரண்டு வருஷம் போகட்டும்.." என்ற மாமியாரின் பதில் அவளை திகைக்க வைத்தது. என்ன ஆனாலும் குழந்தையை கலைக்கப் போவதில்லை என்ற

உறுதியுடன் கணவனைப் பார்க்க அவன் அவள் பார்வையை தவிர்த்தான்.

நான்கு நாட்கள் சண்டை போராட்டத்திற்கு பிறகு மாமியார் குழந்தை கலைப்பதை பற்றிய பேச்சை நிப்பாட்டினாள். அதற்கு பதிலாக அவளுடைய அடுத்த அஸ்திரமாக பிள்ளை குழந்தையைப் பெத்து கொடு. இந்த ஆத்துக்கு பெண் குழந்தை வேண்டாம் என்று மூன்று பெண்ணைப் பெற்ற மாமியார் சொன்னா. தினமும் ஒரு தடவையாவது பிள்ளை குழந்தை பெற்றுக் கொடு என்ற புராணம் ஓடியது. அவளுக்கு அட்லீஸ்ட் இன்னும் ஐந்தாறு மாதங்கள் குழந்தை பிறக்கும் வரை கவலை இல்லை ஆனால் அது பெண் ஆனால் என்று நினைத்த அவள் கடவுளே காப்பாற்று என்று வேண்டிக் கொண்டாள்.

நாம் ஒன்று நினைக்க தெய்வம் ஒன்று நினைக்கும் என்பார்களே அது போல அவளுக்கு அழகான ஒரு பெண் குழந்தை பிறந்தது. பிறந்த குழந்தையை நர்ஸ் மாமியாரிடம் கொடுக்க அவள் மெதுவாக நகர்ந்து தன் அம்மாவிடம் கொடுக்க சொல்வதை அத்தனை வலியிலும் ஜானு கவனித்தாள்.

ஆனால் பெற்றவன் அப்படி செய்யவில்லை குழந்தையின் அழகு அவனை சுண்டி இழுத்தது. என்ன இருந்தாலும் ரத்த பாசம் ஆச்சே.

குழந்தை வளர்ந்தாள். மாமியார் மாமனார் காலம் முடிந்தது. ஆனால் ராகவன் குணம் கொஞ்சம் கூட மாறவில்லை. மனைவி என்பவள் உயிரும் உணர்வும் உள்ளவள் என்பது அவனுக்கு கடைசி வரை புரியப் போவது இல்லை என்று நினைத்த அவளின் காதில் விழுந்த ராகவனின் பைக் ஹாரன் சத்தம் அவளை நிகழ் காலத்துக்கு கொண்டு வந்தது.

உள்ளே வந்தவன் "சூடா ஒரு காப்பி கொண்டு வா.." என்றான். ஏற்கனவே பழைய நினைவுகளை அசை போட்டு வெறுப்பின் உச்சத்தில் இருந்த அவளுக்கு கோபம் வந்தது. காலையில் இருந்தே தலை வேறு வலித்து கொண்டு இருக்க காப்பி கலக்க எழுந்த அவளை "என்ன திருவாரூர் தேர் மாதிரி அசையர சீக்கிரம் கொண்டு வா.." என்றான்.

கால் முட்டி வலி அதை விட மனத்தின் ரணம் அவளை கோபத்தின் உச்சிக்கு கொண்டு சென்றது.

“ எனக்கும் வயசாகிறது நினைவு இருக்கட்டும்..” என அவள் சொல்ல அவன் பதிலுக்கு,

“வயசாகிறது என்ற எண்ணம் உனக்கு வேலை செய்யும் போது மட்டும் தான் இருக்கிறது மற்றபடி அந்த ஊருக்கு போகல இந்த ஊருக்கு போகல அவாத்து கல்யாணத்துக்கு போகல ன்னு சொல்லும் போதெல்லாம் வயசு ஆரது எண்பது உனக்கு மறந்து போய் விடுகிறது..” என அவன் சொல்ல அவளும் பதிலுக்கு இத்தனை நாள் மனத்தில் தேக்கி வைத்து இருந்த ஆசை திருமணத்துக்கு பின் எதுவுமே நடக்காமல் போனது இதுவரை ஆசையுடன் அவளை ஒரு இடம் கூட்டி போகாதது என்றெல்லாம் வரிசைப் படுத்தி கத்தினாள் அவள் மனத்தின் ரணம் எல்லாம் சீழ் பிடித்து அவள் வார்த்தைகளில் வழிந்தது

கேட்டு கொண்டிருந்த ராகவன் கையை ஒங்க “ என்னுடைய நாற்பத்தி இரண்டு வருட தாம்பத்யத்தில் இந்த கையால் அடி வாங்காததுதான் பாக்கி வார்த்தையால் நிறைய வாங்கி விட்டேன்” என அவள் இத்தனை வருஷமா காப்பாற்றி வைத்து இருந்த பொறுமையையெல்லாம் காற்றில் பறக்க விட்டு கத்தினாள்.

"உங்கிட்ட போய் காப்பி கேட்டேன் பாரு.." என்று வெளியில் கோபத்துடன் கிளம்பிய அவன் பைக் உதைக்கும் சத்தம் கேட்டது. அதற்குப் பிறகு நடந்தது எதுவும் அவளுக்கு நினைவில்லை..

அரை மணி நேரம் கழித்து கோபம் குறைந்து ராகவன் வீடு திரும்பும் போது தெரு முனையில் ஒரு ஆம்புலன்ஸ் போனது பார்த்தான். யாருக்கு உடம்பு சரியில்லை என்று எண்ணியவன் தன் வீட்டு வாசலில் கூட்டத்தினை பார்த்து அதிர்ந்தான்

பக்கத்து வீட்டு பாச்சு "எங்க சார் போனீங்க? உங்க மனைவி பேச்சு மூச்சு இல்லாமல் கிடப்பதாக வேலைக்காரி சொன்னாள். இப்பத்தான் ஆம்புலன்ஸ்ல ஹாஸ்பிடல் தூக்கி போயி இருக்கா. என் மனைவி கூட போறா தெரசா ஹாஸ்பிடல் போங்க.." என சொல்லவும் ராகவன் பைக் ஐ உதைத்தது தான் அவனுக்கு தெரியும்.. ஹாஸ்பிடல் ஐசியு வாசலில் நின்றான்.

நாலா பக்கமும் ட்யூப் சூழ படுத்து கிடக்கும் ஜானு வை பார்த்து அவன் கை கால்கள் நடுங்கியது அவனால் நிற்க முடியவில்லை அவன் அறியாமல் அவன் கண்களில் இருந்து கண்ணீர் கர கர வென்று வழிந்தது மனது என்னமோ வலியில்

பிசைந்தது. உயிர் உடலை விட்டு போய் விட மாட்டோமா என்று தவிப்பதைப் போல் இருந்தது. ஐயோ இந்த அளவு என் உயிருடன் அவள் கலந்திருப்பது என் அறிவுக்கு ஏன் எட்டாமல் போனது. அறிவு என் நாக்கை இத்தனை வருஷம் சுழல விட்டு அவள் மனதை காயப் படுத்தி இருக்கிறதே என்று தவித்தான் கடவுளே இந்த ஒரு முறை அவளை காப்பாற்றி விடு அவளுக்கு பிடித்த புருஷனாக சில காலம் அவளுடன் வாழ வேண்டும் என்று வேண்டிக் கொண்டான்

கடவுளுக்கு சில நேரங்களில் கண் இல்லை என்பார்கள். அதுதான் நடந்தது. பத்து மணிக்கு டாக்டர்... "சாரி எல்லாம் முடிந்தது.." என்றார். அவனால் தாங்க முடியவில்லை எப்படியோ ஆம்புலன்ஸ், குளிர் பதன பெட்டி ஏற்பாடு செய்து ஹாஸ்பிடல் பார்மாலிட்டிஸ் முடித்து 12 மணிக்கு ஜானுவை உயிரற்ற உடலாக வீட்டில் கொண்டு வந்து கிடத்தியவன் எல்லோருக்கும் தகவல் சொல்லி விட்டு வீட்டுத் திண்ணையில் உட்கார்ந்தான். முந்தைய நாள் சண்டை அவன் மனத்தில் ஓடி கொண்டு இருந்தது. அவள் கேட்ட கேள்விகள் ஒன்று ஒன்றாக நினைவில் வந்தது. பெண் வந்தவள் வாசலில் அப்பாவைக் கட்டி கொண்டு அழுதாள்.

காலை 11 மணிக்கு எடுப்பதாக முடிவு செய்யப்பட்டு காலையில் எல்லா ஏற்பாடுகளும் தொடங்கியது. திடீர் என்று கார் ஸ்டார்ட் செய்யும் சத்தம் கேட்க ராகவன் காரில் கிளம்பி போய் கொண்டு இருந்தான். காரியம் நடக்கும் நேரத்தில் இவன் எங்கே கிளம்பிட்டான் என்று எல்லோரும் பதை பதைத்தனர்.

ஒரு மணி நேரத்தில் இரண்டு பிக் ஷாப்பர் கையில் எடுத்து கொண்டு வந்தவன் ஆரம்பிக்கலாம் என சொல்ல ஜானு குளிப்பாட்டப் பட்டாள். கீழே கிடத்தியவளின் அருகே ராகவன் இரண்டு பிக் ஷாப்பர் பையுடன் உட்கார்ந்தான்.

பச்சை வாழை இலையில் அழகா கட்டப்பட்டு இருந்த மல்லிகை சரத்தை தன் கையால் அவள் தலையில் வைத்தான் தங்கையிடம் பட்டுப் புடவை பார்சலை பிரிக்க சொன்னான். பச்சை நிறத்தில் தக்காளி சிவப்பு பார்டர் போட்டு மைசூர் சில்க் புடவை பன்னிரெண்டு ஆயிரம் பில்லில் போட்டு இருந்தது.தங்கை இவனுக்கு என்ன பைத்தியமா என்று யோசிக்கு முன் அவள் கையில் இருந்து அதை வாங்கி ஜானு மேல் போர்த்தினான். ஒரு பிக் ஷாப்பர் பையைத் திறந்து சுஜாதா இந்துமதி சிவசங்கரி பாலகுமாரன் இவர்களது புக் எல்லாம் எடுத்து அடுக்கி வைத்தான் மற்ற ஒன்றில் இருந்து

வித விதமான ஸ்வீட் டப்பாவை எடுத்து அடுக்கினான் கையில் இரண்டு ஃப்ளைட் டிக்கெட் டூர் ப்ரோக்ராம் உடன் அதையும் வைத்தவன் ஜானுவின் தலையை தன் மடி மீது வைத்து கொண்டு..

"நீ ஆசைப் பட்டதா சொன்ன எல்லாத்தையும் கொண்டு வந்துட்டேன். எழுந்திரு இன்னும் கொஞ்ச நாள் என்னுடன் இரு. நான் எவ்வளவு அன்பு உன் மேல வைத்து இருக்கிறேன் என்பதை காண்பிக்கிறேன். நீ நடமாடிண்டு இருந்த போது எனக்கு புரியாத உன் மேல் இருந்த அன்பை நீ படுத்த நிமிஷத்தில் என் உடல் எனக்கு உணர்த்தி விட்டது. நீ இல்லாமல் என்னால் இருக்க முடியாது..." என்று அவன் கதறுவதைப் பார்த்து சுற்றி நின்ற எல்லோரும் கண்களில் இருந்தும் கண்ணீர் வழிந்தது.

அவன் அவள் கன்னங்களில் மாறி மாறி முத்தம் இட்டான் அது யாருக்கும் அங்கு விரசமாக படவில்லை அவன் அவள் காதுகளில் எதோ சொன்னான் அப்படியே அவன் கண் மூடி தன் முகத்தை அவளுடைய முகத்துடன் சேர்த்துக் வைத்து கொண்டான் எல்லோரும் அவனை எழுப்பு என்று பெண்ணிடம் சைகை காமிக்க அழுது கொண்டே அப்பாவின் தோளில் தட்டிய அவள்,

அவன் ஜானு உடன் உயிரற்ற உடலாக சரிந்து கீழே விழுவதை கண்டு கதறினாள்.

"ஏன்னா நான் மேல் ஒலகத்துல தனியா நிம்மதியா இருக்கலாம்னு தைரியமாத்தான் கிளம்பினேன் பாதி தூரத்துல நீங்க கூட இல்லாதது பயம் ஆயிடுத்து திரும்பி பார்த்தா நீங்க வந்துண்டு இருக்கேள் இப்பதான் எனக்கு உயிரே வந்தது.." என்று ஜானு சிரிச்சுண்டு சொல்ல பதில் சொல்ல வந்தவன் சிறிது தடுமாறுவதை பார்த்து "வயசு ஆயிடுத்து அதான் தடுமாறுது என் கை பிடிச்சுக்கோங்க விழ மாட்டேள்.." என்றாள் ஜானு என்ற ராகவனின் அன்பு மனைவி.

சாரதா ஸ்ரீநிவாசன்

கதை எழுத தூண்டியது 36 வருட வங்கி பணியில் சந்தித்த பல்வேறு மனிதர்களும் அவர்களின் மனதின் ஏக்கங்களும் சந்தித்த மனிதர்களின் வாழ்க்கையில் நுழைந்து அதற்குரிய தீர்வை சொல்ல முடியாத ஒரு சாமானியனாக இருந்ததால் கதைகளி லாவது அதன் தீர்வை சொல்லி எப்போ தாவது தான் சந்தித்த அந்த கலக்கத்தில் இருக்கும் மனிதர்கள் இந்த கதைகளை படிக்க மாட்டார்களா அப்படியாவது அவர்களுக்கு தீர்வு கிடைக்காதா என்ற ஏக்கத்தில் பிறந்த கதைகள்.

www.ingramcontent.com/pod-product-compliance
Lightning Source LLC
La Vergne TN
LVHW041700070526
838199LV00045B/1130
* 9 7 8 9 3 6 0 1 6 7 0 1 1 *